புலம் பெயர்ந்த பறவைகள்

கிருஷ்ண பிரசாத்

ISBN 979-8-88704-850-5

அட்டவணை

புலம் பெயர்ந்த பறவைகள்

இலையுதிர் காலமிது
தளிரில்லா தருக்கள்
உரு இல்லாமல் நின்றன
துளிரெல்லாம் சருகாகி
நிலம் தன்னில் விழ்ந்துவிட்டது
குளிரும் மெல்ல ஊர்ந்தது
உறைபனி வந்து
ஊனுடலை விறைக்கச் செய்யும்
திரியும் உயிரினமெல்லாம்
குடைவளைகளில் அடைந்து அடங்கின
மலைக்குகைகளில்
முடங்கி உறங்கின
ஊர்ப் பறவைகளெல்லாம்
பறந்து செல்லப் புறப்பட்டன

இவைகள் திசை மாறிய பறவைகளன்று
உயரப் பறக்க முயலும் ஊர்க்குருவியுமன்று
வானின்று நோட்டமிடும் வல்லூறுமன்று
கூரைகளில் கொக்கரிக்கும் கோழிகளுமன்று
பல நூறு மைல் கடந்து வந்த பறவைகள்
பெரும் கவிஞர்கள் வடித்த பாடல்கள் இவைகள்
புலம் பெயர்ந்த பறவைகள்
இப்போது தமிழில்
வலம் வருகின்றன!

கிருஷ்ண பிரசாத்
சென்னை

01.02.2022

Migratory Birds

These are migratory birds
And they have come a longway
Songs sung by the sages
Who walked the time of ages
Enriching the English tongue
Etched on humanity indelible poems well sung

The summer is gone and the sun too
And the autumn is on and the chill too
Leaves have dried and fallen
The trees are standing still and barren
The northern winds are smiting
And winter cold is biting

All creatures have gone to hibernate
The singing birds are preparing to migrate
I sighted a few of them flying over the sky
I waved them a welcome to decend as they fly
I heard them recite a few poem
Overwhelming was the beauty of the rhyme

I decided to give them warmth
Draped them with our morning sun
Coated their tongue a different colour

Enjoyed the beauty in my mother tongue
They have crossed the skies
And the far reaching seas

They have crossed the mountains high
And descended on our land of peace

These are migratory birds
And they have come a long way !

Krishna Prasad
Chennai
1st Feb 2022

புத்தகம் பிறந்த கதை...

இன்றெல்லாம் ஐக்கிய அரேபிய அமீரகத்தில் துபாய் ஒரு சிறு நகரம் (பெரு நகரம்?!). இதன் வரலாறு பன்னெடுங்காலமன்று. நமது பாரதப் பாரம்பரியத்தை பறைசாற்றிக் கூறிக்கொள்வது போல் மிகவும் பழமையன்று. சுமார் ஐம்பது வருட காலமாகத்தான் இருக்கிறது. ஆனால் இந்தக் குறுகிய காலத்தில் அதன் வளர்ச்சி மிகவும் பிரமிக்கத்தக்கது. ஒரு வரண்ட பாலைவனத்தை சொர்க்கபுரியாக மாற்றியுள்ளார்கள். வான் தொடும் மாட மாளிகைகளும் அதன் முகப்புகளில் அலங்கரிக்கும் ஆடிகளும், இரவுகளில் விளக்கொளிகளைப் பிரதிபலித்து மின்னின. அண்ணாந்து பார்த்து வாய் பிளக்க நின்று "இதுவெல்லாம் கூடுமோ?" என்றே வியந்து நிற்க வேண்டும். இற்றளவில் உலகிலுள்ள நகரங்களில் வாழ்வியலுக்கு வசதிகள் நிறைந்த இடமாக விளங்குகின்றது. அனைத்துத் தரப்பு மக்களும் விரும்பும் ஒரு நகரமாக துபாய் திகழ்கின்றது.

இவையெல்லாம் ஒருபுறமிருக்க, இங்கே சென்னையில் பெருந்தொற்று காலங்களில் ஊரடங்கு விதிக்கப்பட்டு ஊரே இழுத்து பூட்டப்பட்டிருந்தது. வீட்டு கைதிகள் போல சொந்த ஊரிலேயே அகதிகள் போல வாழும் நிலை ஏற்பட்ட காலமது. நானும் துணைவியாரும் அன்னையும் வீட்டில் அடைபட்டு பித்துப்பிடித்தாற்போல் தனிமையின் தாக்கத்தில் துவண்டிருந்த காலமது. மன அழுத்தம் கண்டு பித்து பிடித்தாற்போல் ஆன நேரத்தில் தான் எனது அண்ணியாரிடமிருந்து (துபாயிலிருந்து) அழைப்பு வந்தது. ஒரு மாறுதலுக்கு துபாயில் அனைவரும் சேர்ந்திருக்கலாமே எனும் அந்த எண்ணம் வடிவம் பெற, நாங்கள் நவம்பர் திங்களில் துபாய் சென்றிருந்தோம். இதற்கு முன்னால் 2012 இல் துபாய் சென்றிருந்தோம்.

இந்த ஒன்பது வருட காலத்தில் எவ்வளவு மாற்றங்கள்! எவ்வளவு வளர்ச்சி! அப்பப்பா ... அசர வைக்கிறது.

அங்கே வியக்க வைத்த இடங்களில் சில ....

ஒன்று - மந்திரப் பூங்கா (MAGIC PARK) விதவிதமான தாவரங்களை புதர்களாக வளர்த்து அவைகளை கார்ட்டூன் பாத்திரங்களைப்போல் வெட்டி வடிவமைத்து வைத்திருப்பது பாராட்டுதல்களுக்குரிய திறமை. அத்தகு பாலையில் இத்தனை வண்ணப்பூக்கள் பூக்கும் செடிகளை வளர்த்துப் பராமரிப்பென்பது சாதாரண விஷயமல்ல. அந்த பூங்கா உள் சென்று உலவி வந்தாலே வேறோர் உலகத்தில் இருப்பது போன்ற ஒரு பிரமை தோன்றும். அவ்வளவு அழகு! அவ்வளவு வனப்பு!

மற்றோர் அமைப்பு - பட்டாம்பூச்சி பூங்கா (BUTTERFLY GARDEN) - என்னது பட்டாம்பூச்சிகளுக்கு ஒரு பூங்காவா? என்றே மனதில் கேள்வி எழும். அங்கு போய் பார்த்தால் தான் உண்மை விளங்கும். பூங்காவை முழுவதுமாக குளிர் சாதனத்தால் தட்பவெப்பத்தைக் கட்டுப்படுத்தி வைத்துள்ளனர். உள்ளே பலவிதமான தாவரங்கள், பூஞ்செடிகள் கொடிகள் என ஓர் வனம் போல அமைத்திருக்கிறார்கள். அருவி போல் நீருற்று ஏற்படுத்தி அதனில் வண்ணமீன்கள் வளர்க்கிறார்கள். அந்த வனம் போலமைந்த இடத்தில் விதவிதமான வண்ணத்துப் பூச்சிகள் இங்குமங்குமாக சிறகடித்துப் பறக்கின்றன. பட்டம்பூச்சிகளில் இத்தனை வகையா? என்ற கேள்வியோடு நாம் பிரமிப்படைகின்றோம். அவைகளின் வண்ணங்களைக் காணுகையில் நமக்கு உற்சாகம் பெருக்கெடுக்கிறது. வாழ்க்கை இனிக்கின்றது.

அத்தனை உலக நாடுகளையும் ஒருங்கிணைக்கும் வண்ணம் எக்ஸ்போ 2020 எனும் ஒரு பிரமாண்ட விழா நிறுவப்பட்டுள்ளது. அவ்விழாவில் ஒவ்வொரு நாடும் தங்களின் பாரம்பரியம், கலாச்சாரம் மற்றும் தங்களின் வளர்ச்சிகள், தொழில்நுட்பங்கள், சமூகச் சூழல், இயற்கை

வளம் என பன்முக நோக்குடன் பெருமைகளைப் பறைசாற்றும் வகையினில் தங்களின் வெளிப்பாடுகளை வடிவமைத்து நிறுவி இருந்தார்கள். மிகவும் அற்புதமான சாவடிகள், ஆக்கபூர்வமாகவும், அறிவுபூர்வமாகவும் அமைந்திருந்தன. இவற்றை சாவடிகள் என்று சொல்வதை காட்டிலும் மண்டபங்கள் எனக் கூறின் சாலப்பொருந்தும். இருப்பினும் ஓர் ஊரே அமைந்தது போல பரந்து விரிந்து இருந்தமையால் ஒரே நாளில் பார்த்து முடிக்கவல்லதல்ல, நாங்களும் ஒரு நாளில் எவ்வளவு கூடுமோ அவ்வளவே பார்த்து மகிழ்ந்தோம்.

இந்தியாவின் அமைப்பைப் போய் பார்த்து வியந்தோம். இயற்கை வளம், ஆயுர்வேதம், விண்வெளி ஆய்வில் பீடுநடை என அசத்தி இருந்தார்கள். நாலு தளங்களில் அமைந்திருந்த அந்த அடுக்கு மாடி அமைப்பு அநேகரை ஈர்க்கத்தான் செய்தது ஆதலின் கூட்டம் அலைமோதியது. வரிசையில் நின்றுதான் காணமுடிந்தது. இருப்பினும், அதைக் காண்பதற்கு பெருமையாக இருந்தது.

இது இப்படி இருக்க நமது விஷயத்திற்கு வருவோம். துபாயில் விடுமுறை நாட்களிலும் நேரம் கிடைத்த போதும் சுற்றி திரிந்ததையே எழுதினோம். இன்னமும் எவ்வளவோ எழுதமுடியும், செய்தால் அதுவே விரிந்து பெருகும் ஆதலின் இத்துடன் முடித்து கொண்டு புத்தகம் பிறந்த கதைக்கு வருவோம்.

மீதம் இருந்த நேரத்தில் என்ன செய்வது? அண்ணனும் அண்ணியும் அலுவலில் ஈடுபட்டு இருப்பார்கள். அவர்கள் இருந்த குடியிருப்பு பகுதி ஓர் அழகிய அமைப்பு. பரந்து விரிந்த சாலைகள் இருமருங்கிலும் வரிசையாக நிழல் மரங்கள். நடப்பதற்கு எதுவாக நடைபாதைகள் அதனை ஒட்டி புல் விரிப்புகள் ஆங்காங்கே பூக்களின் படுகைகள். இவற்றையெல்லாம் அத்தனை வெயிலிலும் பசுமையாக எவ்வாறு வைத்துள்ளனர்? என்பது வியப்பு. ஆனால் உற்று நோக்கின் சொட்டு நீர்ப்பாசனத்திற்கு

வசதியாக குழாய்கள் நிலத்தில் பதித்திருக்கிறார். இளைப்பாறுவதற்கு வசதியாக மர நிழல்களுக்கிடையே இருக்கைகள். இவைகளுக்கிடையே நடந்து வந்தால் நேரம் போவதே தெரியாது. உடல் அயர்ச்சி ஏற்பட்டாலும் மனதில் உற்சாகம் குறையாது. இந்த அமைதியான அழகிய பசுமையான சூழல் கெடாமல் இருக்க குடியிருப்பு பகுதியில் எங்குமே கடைகளோ வர்த்தகத் தாபனங்களோ கிடையாது அதுமட்டுமல்ல குடியிருப்போருக்கு வசதியாக விளையாட்டு திடல்களும் மைதானங்களும் நீச்சல் குளமும் அமைக்கப்பட்டிருந்தன.

நானும் அவ்வப்போது நடைப்பயிற்சி மேற்கொண்டு இறுதியில் ஓய்வாக மர நிழலில் அமர்ந்து அந்த இயற்கை சூழலை ரசிப்பதுண்டு. அவ்வாறாக நாட்கள் கடக்கும் காலத்தில், வீட்டில், பிள்ளைகள் பள்ளியில் படித்த ஆங்கில கவிதைகளின் தொகுப்பு நூல்கள் சிக்கின. அவற்றை எடுத்துப் படித்தேன். அழகிய கவிதைகள் சிந்தையைத் தூண்டின. ஆக்கப்பூர்வமாக ஏதேனும் செய்வோமே என தமிழில் அவற்றை வடித்தேன்.

அவ்வாறாக உருவானதே இந்த "புலம் பெயர்ந்த பறவைகள்". உள்ளமும் உணர்வும் கவரக்கூடிய ஆங்கில கவிதைகளின் தமிழ் வடிவம் இது. படிப்போரை நிச்சயம் பரவசப்படுத்தும் என நம்புகிறேன்.

புரிதலுக்கு ஏதுவாகட்டுமே என ஆங்கில கவிதையைக் கொடுத்து அதன் தொடராகத் தமிழ் வடிவை தந்துள்ளேன்.

இவண்
கிருஷ்ணபிரசாத்
சென்னை,
அண்ணாநகர்
+91 9841015960
+91 9840116257

1. THE SOLITARY REAPER

- William Wordsworth

Behold her, single in the field,
Yon solitary Highland Lass!
Reaping and singing by herself;
Stop here, or gently pass!
Alone she cuts and binds the grain,
And sings a melancholy strain;
O listen! for the Vale profound
Is overflowing with the sound.

No Nightingale did ever chant
More welcome notes to weary bands
Of travellers in some shady haunt,
Among Arabian sands:
A voice so thrilling ne'er was heard
In spring-time from the Cuckoo-bird,
Breaking the silence of the seas
Among the farthest Hebrides.

Will no one tell me what she sings? —
Perhaps the plaintive numbers flow
For old, unhappy, far-off things,

And battles long ago:
Or is it some more humble lay,
Familiar matter of to-day?
Some natural sorrow, loss, or pain,
That has been, and may be again?

Whate'er the theme, the Maiden sang
As if her song could have no ending;
I saw her singing at her work,
And o'er the sickle bending; —
I listened, motionless and still;
And, as I mounted up the hill,
The music in my heart I bore,
Long after it was heard no more.

1. ஒருமையிலிருந்த அறுவடைக்காரி

அங்கே பார் அவளை
வயல்களின் தனிமையில்
மலைமுகப்பின் வெளிதனில்
வாலைக் குமரியவள்
அறுவடை செய்த வண்ணம்
ஒரு கீதம் பாடிய வண்ணம்,
நில்! அல்லேல் மெதுவாக செல்!

ஒற்றையிலே கதிரறுத்தாள்
சேர்த்துக்கட்டினாள்
ஒருமையிலே ஒரு கீதம் பாடினாள்
வருந்தும் நிலை விளக்கினாள்
சோகம் இழையோடிய ராகம்
கேள்! மலைச் சரிவுகளின் மிகையில்
ஒலிக்கும் அந்த இசையை

அல்லிசைப் புள்ளும்
அங்கலாய்த்ததில்லை
வியர்த்து ஓய்ந்த வழிப்போக்கருக்கு
உவப்பாகும் அந்த ராகம்
அரபு தேசத்து பாலையில்
ஓய்வுக் கூடாரத்துள்
சாய்வாக இளைப்பாற
இதமாகும் அந்த ராகம்

சிலிர்ப்பூட்டும் குரலது
இதுவரைக் கேட்டதில்லை
களிப்பூட்டும் வசந்தத்தில்

கவிபாடும் குயிலினம் போல்
ஸ்காட்லாந்துத் தீவுக் குழுமங்களைச்
சூழ்ந்த அமைதியான ஆழிகளின்
நிசப்த நிலைதனை
உடைத்தெறிந்த ஓசையது

என்ன பாடுகிறாள் என்பதனை
யாரேனும் கூறவும் மாட்டிரோ?
பழையன, வருத்துவன
தூரத்து எட்டாதன
போர்களில் தோற்றன
என்பதற்காக
பாடும் அந்த சோகமோ?

அல்லது
எளிமையான ஒரு பாடலோ?
இன்றைய நிகழ்வுதனைக்
கூறிடும் பாடலோ?
இயல்பான இன்னல், இழப்பு, வலி
இவை இருந்ததோ
இனிமேலும் வருவதோ?

பையப் பாடிய பாவையின்
மையக் கருத்து எதுவாகினும்
ஓய்ந்து முடிவதல்ல போலும்
செய்யும் அரிவாளுடன் குனிந்தவள்
பயிரறுக்கப் பாடினாளோ?

நிலைத்திட்டு நின்றிருந்தேன்
இசை தன்னை கேட்ட வண்ணம்
விசையுற்று மெல்ல நடந்தே

மலை மீது ஏறினேன்
இசையோ இன்னமும் ஒலித்தது
சலியாது எந்தன் செவிகளில்
வாலைக் குமரியவள்
வாசிப்பு ஓய்ந்தே
வெகு நேரம்தான் ஆனது

ஆங்கிலத்தில் வில்லியம் வர்ட்ஸ்வொர்த்து

2. LIFE

- Kathleen Partridge

We have to live
No mater though the way be smooth or rough
'Tis for us to say when we travelled far enough

We are not asked if we can bear
the trouble that arises
We have no choice if such and such
it is that life comprises
So let us go on living in the worst
Or in the best
With a great determination and a
lively interest
To climb above the bitterness and walk
Beyond the tears
We live!
Then let us make a worthy object of our years

2. *வாழ்வு*

நாம்......! வாழத்தான் வேண்டும்
போகும் பாதை எதுவாகிடினும்
கரடு முரடாகினும் காற்றாடும் மேகமாகினும்
சென்றபின்... கணிசமாக தூரம் கடந்த பின்
நாம்தான் கூற வேண்டும் நம் அனுபவத்தை!

கேட்கப்படுவதில்லை.... சகிப்போமா
அந்த சஞ்சலமும் சங்கடமும் என்று
நீ தேர்வு செய்ய
கொடுக்கப்படுவதில்லை.... இன்னது தான்
வாழ்வாக வேண்டுமென்று

ஆகையால்
வாழ்ந்து கொண்டே இருப்போம்
சங்கடத்தில் தீர்மானமாக
சந்தோஷத்தில் உற்சாகமாக
மேலேறுவோம் கசப்புகளை தாண்டி
மேலே செல்லுவோம் விழி நீரைத் தாண்டி
நாம்...! வாழுவோம்!
வாழ்ந்த வருடங்களை
விலைமதிப்பற்றதாக ஆக்குவோம்!

ஆங்கிலத்தில் - காத்தலின் பார்ட்ரிஜ்

3. THE WEDDING DAY

- Kathleen Partridge

A country church. A wedding where
The spring time was a guest and
The church was decorated with
God's bounty and earth's best.

For there were bluebells from the
Woods and brooms from nearby
hedges to grace a great event
And sanctify the marriage pledges
A well beloved pair, confetti
Wasn't missed at all; a passing
Breeze shook blossom trees and
Made the petals fall. The birds
Sang for the lovers and the sun
Came in and beamed – it was the
Loveliest wedding that a maiden
Might have dreamed. The earth
Was robed in beauty – like the bride
The may tree blushed. Heaven
Smiled upon the union and all
the world was hushed

3. கலியாண நாள்

கிராமத்துக் கோயிலொன்று அதில்
கலியாணமின்று
வசந்த காலம் விருந்தினனாக வந்திருந்தது
கோயிலே குதூகலத்தில்
ஆண்டவனின் அருட்கொடையால் அலங்கரிக்கப்பட்டது
அவனியின் சிறப்பெல்லாம் அதில் இடம்பெற்றது
குமிழ் மணி போல் கருநீலக் காட்டு மலர்கள்
கொழுந்தின் தணல் போல் செம்மஞ்சள் பூக்கள்
அருகருகே புதர்களாக அலங்கரித்தன
விவாக வாக்குறுதியைப் புனிதமாக்கின
அவாவுடன் இரு நெஞ்சங்கள்
வண்ணமாய்க் காகிதத் துகள்கள்
மென்னிதழ்களாகத் தூவப்பட்டன
தென்றலும் தவழ்ந்து சென்றது
தாவரத்தின் தளிர் கிளைகளை அசைத்து
மேவிய காதலின் மேல்
மலர்களைத் தூவிச்சென்றது
புள்ளினங்கள் பரவசமாய் பாடின
பகலவனோ புத்தொளியோடு பளிச்சிட்டான்
பாவையவளின்
கற்பனை செய்யாத
கனவிலும் காணாத
கவர்ச்சிமிகு கலியாணம்
காசினியே அழகால் வேயப்பட்டது
சிந்தை கவர் அழகினிலே
சதிராடிய
செங்குவளை செடிகள்
கலியாண கன்னிகை போல்

காட்சி தந்தன
புன்னகையால் பூத்திருந்த
வானுலகே வந்திறங்கி
புதுமண தம்பதியை
வாழி என வாழ்த்த
பூவுலகே பார்த்துப்
பரவசத்தில் பேச்சற்றது!

ஆங்கிலத்தில் காத்லின் பார்ட்ரிஜ்

4. RETURN TO HEALTH

- Kathleen Partridge

When sickness drags you to your bed
And hammers thump inside your head
When worn and weary from the pain
You scarcely hope for health again
Then what a joy it is to find
The worst is being left behind

When dainty foods have lacked delight
Then to regain your appetite
Your interest in things around
In books and flowers has been found
You feel a need for occupation
And can enjoy a conversation
The earth seems wonderful and new
How sweet the air!
How fine the view!
And isn't life a precious thrill
For those of us who have been ill

4. திரும்பவும் நலமுற்ற போது

நோய் உன்னை இழுத்து
பாய் தன்னில் கிடத்திய போது
சுத்தியல் ஒன்று சிரசினுள்
ஒயாமல் ஓங்கி அடித்த போது
ஓய்ந்து விட்டது தேகம்
சயனத்தில் மீளோம் இனி என்றே
சாய்ந்து விட்டது உற்சாகம்
அவ்வேளையில்
பைய விழித்து
மெய்யது எழுந்தால்
உள்ளக் களிப்பு
வல்வினை விசனம் விலகுது என்று

அறுசுவை உணவும்
அருவருப்பானது
பொறுத்து அதனின்று
மீண்டும் ஆர்வம் கொள்ள
சுற்றி இருப்பவை சிந்தையை கவர
புத்தகம் பூக்கள்
எல்லாம் கிடைத்தன
வேலையொன்றில் ஈடுபட்டிருக்க
விழைந்தது உள்ளம்
நாலு பேருடன்
நல் உரையாடலை
நாடியது நெஞ்சம்
பூவுலகும் புத்துயிர் கொண்டு
புதுமையாகக் காண்பது
புதுத் தெம்பூட்டும் பூங்காற்று

பார்க்க பரவசமூட்டும்
பார்வையின் காட்சிகள்

நோய்வாய் பட்டு கிடந்த உயிர்
உவப்புடன் மீண்டு வந்தால்
சிலிர்க்கும் பொக்கிஷம் தானே?!

ஆங்கிலத்தில் காத்லீன் பார்ட்ரிஜ்

5. TREASURE

- Kathleen Partridge

All the pearls in the ocean bed
Would not buy sleep for a worried head
All the gold hidden in the sun
Could not buy the ease of a job well done

All the wealth that the banks possess
Could not buy the spirit of kindness
All the stars in the heaven above
Are not fair exchange for a heart of love

All the warmth in a tropical isle
Could not take the place of a welcome smile
And all the wonders of ancient Rome
Could not buy the joy of a happy home

Sigh on for riches? Or smile and be poor
And gather what treasures are nearest your door

5. புதையல்

ஆழியின் அடியில்
தூவிய முத்துக்களெல்லாம்
கலங்கிய மனதிற்கு துயில் தருமா?
வெயிலின் தங்கமெல்லாம்
நல்ல செயலுக்கு விலையாகுமா?

வங்கியில் வைத்த நிதியெல்லாம்
இரக்கத்தின் உணர்வைக் கொண்டு தருமா?
வானில் மின்னும் தாரகை யாவும்
அன்புறும் இதயத்தின் ஈடாகுமா

வெக்கைத் தீவின் வெப்பம்
அழகிய புன்னகை போல் இதம் தருமா?
புராணத்து ரோமாபுரியின் பொக்கிஷங்கள்
இனிமையான இல்லத்தின் விலையாகுமா?

செல்வச் செழிப்பிற்கு பெருமூச்சா அல்லது
இருப்பது போதும் எனும் புன்சிரிப்பா
எளிமையாக அருகிருக்கும் சிறு சிறு இன்பமெல்லாம்
சேகரித்தலே சிறப்பன்றோ?!

ஆங்கிலத்தில் - காத்லீன் பார்ட்ரிஜ்

6. IT TAKES SO LITTLE...

- Ida Goldsmith Morris

It takes so little to make us sad
Just a slighting word or a doubting sneer
Just a scornful smile on some lips held dear
And our footsteps falter, though the goal seems near
And we lose the courage and hope we had

It takes so little to make us glad
Just a cheering clasp of a friendly hand
Just a word from one who can understand
And we finish the task we long had planned
And we lose the doubt and the fear we had
So little it takes to make us glad!

6. ஒரு துளி போதும்

வருந்துவதற்கு ஒரு துளி போதும்
சற்றே தைக்கும் ஒரு வார்த்தை
அற்றேல் அவநம்பிக்கையுடன் ஒரு பார்வை
சற்றே ஏள்ளிய நகை, நட்பாய்
பற்றிய இதழினில் ஒரு பரிகாசம்
அப்போது
நமது நடையினில் ஒரு தடுமாற்றம்
நமது இலக்கோ கை எட்டும்
ஆனால்
துணிவும் துவண்டது
மனவலிமை அகன்றது

பெருமிதம் கொள்ள ஒரு துளி போதும்
உற்சாகத்தோடு நம் கையை பற்றும்
நட்பின் கை
புரிந்து கொண்டவர் வாயிலிருந்து வரும்
பரவாயில்லை போகட்டும் எனும் தேற்றம்
நெடுநாள் திட்டம் இன்று முடியும் சித்தம்
சந்தேகம் தொலைந்தது
சலனமும் அகன்றது
பெருமிதம் கொள்ள ஒரு துளி போதும்!

ஆங்கிலத்தில் ஈடா கோல்ட் ஸ்மித் மாரிஸ் (ஈ. கோ.
மா.)

7. CITIES & THRONES AND POWERS

- Rudyard Kipling

Cities and Thrones and Powers
Stand in Time's eye,
Almost as long as flowers,
Which daily die:
But as new buds put forth
To glad new men,
Out of the spent and unconsidered Earth,
The Cities rise again.

This season's Daffodil,
She never hears,
What change, what chance, what chill,
Cut down last year's;
But with bold countenance,
And knowledge small,
Esteems her seven days' continuance
To be perpetual.

So Time that is o'er-kind
To all that be,
Ordains us e'en as blind,

As bold as she:

That in our very death,

And burial sure,

Shadow to shadow, well persuaded, saith,

"See how our works endure!"

7. நகரங்கள் அரியணைகள் அதிகாரங்கள்

நகரங்கள் அரியணைகள் அதிகாரங்கள்
இவை யாவும்
காலத்தின் கண் முன்னே
மலர்களை போலவே
தினமும் இறப்பவை
சுவடின்றி அழிபவை
ஆனால் புது மொட்டுக்கள் தோன்றிடும்
புது மக்களை குதூகலிக்க
கருத்தே இல்லாது
வீணடிக்கப்பட்ட மண்ணிலிருந்து
மீண்டும் புது நகரங்கள் எழும்

இப்பருவத்தில் பூத்த டா.:போடில்
பேரரளி எனப் பெயரவளுக்கு
அவளேதும் கேட்பதில்லை
என்ன மாறுதல்
என்ன நிலைமை
என்ன ஓடுக்கும் குளிர்
போன வருடப் பூக்கள் துணிக்கப்பட்டன
ஆனால் அவளுக்கோ
துணிச்சலான முகபாவம்
மனதில் புரிதலோ சொற்பம்
தனது ஏழுநாள் தொடர்ச்சியை
பெருமையாக நினைக்கிறாள்
முடிவில்லாமல் தொடர்வதென்றே
முடிவும் கட்டுகின்றாள்

ஆம் காலம் கரிசனம் கொண்டது
இது போன்ற எண்ணங்களை
நம்முள் அனுமதிக்கின்றது
அற்ப சந்தோஷத்தைத் தருகின்றது
நம்மைக் குருடராக நியமித்து
நம்முள்ளும்
அவளைப் போல துணிவைத் தந்தது
அதுதானே நமதின் இறப்பு
இறுதியில் மண்ணோடு மண்ணாகப் புதைப்பு
நிழலிலே முடிவுறுவதை
நாட்டமுடன் தொடர்ந்து சென்று
மிடுக்காக சொல்லுகின்றோம்
"எப்படி திடமாக நின்று நீடிக்கின்றது பார்" என்று

ஆங்கிலத்தில் ருட்யார்ட் கிப்ளிங்கு

8. SYMPATHY

- Charles Mackay

I lay in sorrow deep distressed:
My grief a proud man heard,
His looks were cold, he gave me gold,
But not a kindly word.
My sorrow passed I paid him back
The gold he gave to me;
Then stood erect and spoke my thanks
And blessed his charity.

I lay in want and grief, and pain
A poor man passed my way;
He bound my head, he gave me bread;
He watched me night and day;
How shall I pay him back again,
For all he did to me?
Oh, gold is great, but greater far
Is heavenly sympathy!

8. அனுதாபம்

துன்பத்தில் படுத்திருந்தேன் ஆழ்துயரத்தில்
வருந்தும் நிலையதனை செல்வந்தர் கேட்டறிந்தார்

முறைப்பான பார்வையுடன் பொன் கொடுத்தார்
உளமார ஒரு வார்த்தையும் கூற மறுத்தார்
கெடுநேரம் எனது கடந்து போனது
கொடுத்த பொன்னைத் திருப்பி கொடுத்தேன்
மிடுக்காக நின்றே நன்றிகள் கூறினேன்
செய்த கொடைதனை வாழ்த்தினேன்

தேவையில் தவித்தேன் துயரினில் துவண்டேன்
ஏழை வழிப்போக்கன் என் இழிநிலை பார்த்தான்
இதமாக தலை பிடித்தான்
பசியாற உணவு கொடுத்தான்
இரவு பகலாக உடனிருந்து கவனித்தான்
அவன் செயலுக்கு கைம்மாறு என்ன செய்வேன்?
ஓ! சுரங்கத்தின் தங்கம் பெரியது தான்
அதனினும் பெரியது சொர்க்கத்தின் இரக்கம்!

ஆங்கிலத்தில் சார்லஸ் மேகே

9. THE CARVER AND CALIPH

- Austin Dobson

(Haroun Al Raschid was the caliph of Baghdad from 786 to 809 AD. Under him Baghdad was at its height as a cultural center. He figures prominently in the Arabian Nights. He liked to move about in disguise to learn the condition and well-being of his subjects).

Haroun Al Raschid, in the days
He went about his vagrant ways,
And prowled at ever for good or bad
In lanes and alleys of Bagdad
Once found, at edge of the bazaar,
Even where the poorest workers are,
A carver

Fair his work and fine
With mysteries of inlaced design
And shapes of shut significance
To aught but an anointed glance,
The dreams and visions that grow plain
In darkened chambers of the brain

And all day busily he wrought
From dawn to eve, but no one bought;
Save when some Jew with look askant
Or keen- eyed Greek from the Levant,
Would pause a while – depreciate
Then buy a month's work by the weight,
Bearing it swiftly over seas

To garnish rich men's treasuries
And now for long none bought at all,
So lay he sullen in his stall
Him thus withdrawn the caliph found
And smote his staff upon the ground
"Ho there, within! Hast wears to sell?
Or slumberest, having dined too well?
"Dined?" quoth the man, with angry eyes
"How should I dine when no one buys?

"Nay" said the other, answering low
" Nay, I but jested, is it so?
Take then this coin, but take beside
A counsel friend .. Thou hastnot tried
This craft... of thine, the mart to suit,
Is too refined, - remote – minute

These small conceptions can but fail
It were best to work on larger scale
And rather choose such themes as wear
More of the earth and less of air;
The fisherman that hauls his net,
The merchants in the market set,
The couriers posting in the street,
The gossips as they pass and greet

These – these are clear to all men's eyes
Therefore with these they sympathize
Further, neglect not this advice
Be sure to ask three times the price

The carver sadly shook his head;
He knew it was truth the Caliph said
He carved it deeper and more plain;
He carved it thrice as large again;
He sold it too, for thrice the cost;
Ah, but the artist that was lost!

9. மரச்சிற்பியும் அரபுக் கலீபாவும்

ஹரூன் அல்ரஷீது அந்நாட்களில் மாறுவேடத்தில்
ஊரைச் சுற்றித் திரிவதை வழக்காக கொண்டான்
பதுங்கியும் ஒதுங்கியும் பார்த்துப் பார்த்து
நன்றையும் தீதையும் கண்டறிந்தான்
பாக்தாத் நகரத்து தெருக்களிலும்
நெளிந்து சென்ற நெடும் சந்துகளிலும்
உலவித் திரிந்து உளவு பார்த்தான்
ஊர் மக்களின் நிலையறிந்தான்
கடைத்தெருவின் கடை கோடியில்
ஏழ்மையில் வீழ்ந்திருக்கும் உழைப்பாளரிடையே
ஏழ்மையிலும் ஏழ்மையில்
வாழும் ஓர் தச்சனைக் கண்டான்

தச்சனோ தன் தொழிலினில் வல்லவன்
அவன் படைத்ததென்னவோ கைவினையின் உன்னதம்
நுணுக்கமான வடிவங்களில் பதிக்கப்பட்ட மர்மங்கள்
புதைந்து கிடந்தது பேராற்றல்
தெய்வீக பார்வை அருள்வது போல்
கனவிலும் நினைவிலும் எண்ணங்கள்
அவன் புத்தியின் இருளிடுக்கில் தோன்றின

காலைத் துவங்கி மாலை வரை தினமும்
அயராதவன் உழைத்தான்
அற்புதங்களைப் படைத்தான்
யாராவது யூதன் வந்து விசாரிக்கும் வரை!
அல்லது கிரேக்கன் வந்து பார்க்கும் வரை!
ஏற இறங்க பார்ப்பான் யாரதென்று
குறைந்த விலைக்கு பேரம் பேசி

ஒரு மாத உழைப்பை எடைக்கு வாங்குவான் வந்தவன்
கடல் கடந்து சடுதியில் எடுத்து செல்வான்

செல்வந்தரின் கருவூலங்கள் அழகுற்றன
இப்போதோ வெகு நாட்களாக வியாபாரம் இல்லை
ஒருவரும் இவனிடம் வருவதுமில்லை
யாரும் எதுவும் வாங்குவதுமில்லை
வறுமையின் பிடியில் உருகி இருந்தான்
மனதும் உடைந்து இறுகி இருந்தான்
கடையின் இருளில் குறுகி அமர்ந்தான்
வெறிச்சோடிய கடைதனில்
உற்சாகமற்ற தச்சனைக் கண்டான் கலீபா
தரையைத் தடியால் அடித்த வண்ணம்
"யாரது கடையில்? பொருளேது விற்பதற்கு?
செரிக்கா உணவின் மயக்க நிலையில் உறக்கமா?'
குறுகி கிடந்தவன் குமுறக் கேட்டான்
"உணவா? உண்ட மயக்கமா?
விற்பதற்கு பொருளேது?
வருமானமாக பொருளேது?
வயிறார உணவேது?"

கோமானோ தொடர்ந்தான்
"கோபப்படாதே! வேடிக்கை செய்தேன்!
அப்படியா? இதுவா உன் நிலை?
அப்போதிந்தக் காசைப் பெறு கூடவே
கூறும் அறிவுரையும் கேளு
உனது பொருட்கள் கவர்ச்சியானவை
கைவண்ணம் மிக்கவை
நுண்ணிய வேலைப்பாடு கொண்டவை

"இவையெல்லாம் பொதுவில் உதவாது
பெரிய பொருட்களை படைத்து உன்
திறமையை காட்டு
உலகியலுக்கு உகந்ததாக
கயல் பிடிப்பானின் வலையை போல
நயமாக விற்கும் வணிகர் போல
தூதஞ்சல் செய்யும் தூதுவர் போல
போகவர அவர் பேசும் கிசுகிசுக்கள் போல
நாலு பேர் நோட்டம் விடும் வண்ணம்
மாந்தரின் பார்வையில் இவையெல்லாம்
காணப்படும், கருதப்படும்
மேலும் எனது ஆலோசனை விடுக்காதே
மும்மடங்கு விலை கேட்க மறக்காதே!

கூறிய கலீபாவைப் பார்த்து
வருத்தமுடன் சிரமசைத்தான்
அறிந்திருந்தான்
கலீபாவின் கூற்றின் உண்மையை

இப்போதெல்லாம் அவன்
மரங்களை ஆழக் குடைந்தான்
அகலத்தில் பெரிதாக படைத்தான்
வெறும் வடிவங்களை மேலாக வடித்தான்
மும்மடங்கு பெரிதாக படைத்தான்
மும்மடங்கு விலை கேட்டு விற்றான்
இப்போது வியாபாரம் நன்குயர்ந்தது
ஆனால் ஒரு கலைஞனின்
கைவண்ணம் தொலைந்தது!

ஆங்கிலத்தில் - ஆஸ்டின் டாப்சன்

10. PAST AND PRESENT

- Thomas Hood

I remember, I remember
The house where I was born,
The little window where the sun
Came peeping in at morn;

He never came a wink too soon
Nor bought too long a day;
But now, I often wish the night
Had borne my breath away.

I remember, I remember
The roses, red and white,
The violets, and the lily-cups--
Those flowers made of light!

The lilacs where the robin built,
And where my brother set
The laburnum on his birthday,--
The tree is living yet!

I remember, I remember
Where I was used to swing,
And thought the air must rush as fresh
To swallows on the wing;

My spirit flew in feathers then
That is so heavy now,
And summer pools could hardly cool
The fever on my brow.

I remember, I remember
The fir trees dark and high;
I used to think their slender tops
Were close against the sky:

It was a childish ignorance,
But now 'tis little joy
To know I'm farther off from Heaven
Than when I was a boy.

10. பழையன கடந்தன புதியன நிகழ்வன

நினைவுள்ளது நன்றாக நினைவுள்ளது
இதுதான் நான் பிறந்த வீடு
கதிரவன் காலையில்
சாளரப் பிளவில் எட்டி பார்ப்பான்

ஒரு நொடி பொழுதும் முன்னால் உதித்ததில்லை
ஒரு நாளின் அளவையும் நீட்டி வைத்ததில்லை
இருக்கும் இந்நாளில் நானும் நினைக்கிறேன்
இரவு எனது மூச்சை எடுத்து செல்ல வேண்டும் என்று

நினைவுள்ளது நன்றாக நினைவுள்ளது
ரோஜாக்கள் சிவப்பும் வெண்மையும்
ஊதாக்களும் லில்லியின் கோப்பைகளும்
ஒளியால் செய்யப்பட்ட அந்தப் பூக்கள்

ராபின் கருஞ்சிட்டின் மார்பில் இளஞ்சிவப்பு
எனது தம்பி அமைத்த வீடு அது
பிறந்தநாளொன்றில் விதைத்த கொன்றை அது
இன்னமும் அங்கேயே தழைக்கின்றது

நினைவுள்ளது நன்றாக நினைவுள்ளது
அங்கு தான் நான் ஊஞ்சலில் ஆடுவேன்
அங்கம் தழுவியே புது காற்று பறந்து போனது
தூக்கணாங்குருவியை சிறகால் சுமந்து போனது

எனது உணர்வும் சிறகடித்து பறந்து போனது
இப்போது ஏனோ பாரமாகி தளர்ந்து போனது
கோடையில் இந்தக் குளிர் குளங்கள்
எனது நுதலின் சுரத்தைக் குறைக்கவில்லை

நினைவுள்ளது நன்றாக நினைவுள்ளது
தேவதாரு மரங்கள் கருமையாய் உயரமாய்
நினைத்திருந்தேன் சிறு பிராயத்திலே
அவைகளின் கூர்முனைகள் ஆகாயம் தொட்டனவோ
என்று

அது ஒரு சிறுபிள்ளையின் அறியாமை
ஆனால் இப்போதோ அதனில் சொற்பமே சந்தோஷம்
சொர்க்கத்தின் வெகு தூரத்தில் நிற்கிறேன்
சிறுபிள்ளையாய் அருகிலேயே இருந்துள்ளேன்!

ஆங்கிலத்தில் - தாமஸ் ஹூட்

11. WE GO THIS WAY BUT ONCE

- Anon

We go this way but once, O friend of mine
So why not make the journey well worthwhile,
Giving to those who travel with us
A helping hand, a word of cheer, a smile?
We go this way but once. Ah! never more
Can we go back along the self-same way,
To get more out of life, undo the wrongs,
Or speak love's words we knew but did not say

We go this way but once. Then let us make
The road we travel blossomy and sweet
With helpful, kindly deeds and tender words,
Smoothing the path of bruised and stumbling feet

11. இந்த வழியே ஒருமுறை தான் செல்வோம்

இந்த வழியே ஒருமுறை தான் செல்வோம்
ஓ! என் இதயமே
பின் ஏனிந்த பயணம் பயனுள்ளதாக கூடாது
உடன் பயணிப்பவர்க்கு பகிர்ந்து தரலாமே
உதவிக் கரமும் உற்சாகமாய் ஓர் சொல்லும்
புன்முறுவலும்

இந்த வழியே ஒருமுறை தான் செல்வோம்
ஆ! மறுமுறை இயலாது
நாமே வந்த வழியே திரும்பப் போகலாமா
வாழ்விலிருந்து மிகையாக பெற, அல்லேல்
தவறுகளைத் திருத்திவிட
அல்லேல் அன்பின் மொழியைப் பேசிவிட
அறிந்தும் பேசாதிருந்தோமே

இந்த வழியே ஒருமுறை தான் செல்வோம்
பிறகிதைச் செய்வோமே
வழிநெடுகப் பூக்க வைத்து இனிமையாக்கி
உதவு மட்டும் நற்செயல்களும் மென் மொழிகளும்
தடுக்கி விழுந்து அடிபட்ட கால்களுக்கு
இதமாகும் பாதையாக ...

ஆங்கிலத்தில் - ஆனன்

12. AROUND THE CORNER

- Charles Hanson Towne

Around the corner I have a friend,
In this great city that has no end;
Yet days go by, and weeks rush on,
And before I know it, a year is gone,
And I never see my old friend's face,
For Life is a swift and terrible race.
He knows I like him just as well
As in the days when I rang his bell
And he rang mine. We were younger then,

And now we are busy, tired men:
Tired with playing a foolish game,
Tired with trying to make a name.
"Tomorrow," I say, "I will call on Jim,
Just to show that I'm thinking of him."
But tomorrow comes--and tomorrow goes,
And the distances between us grows and grows.
Around the corner! --yet miles away . . .
"Here's a telegram, sir . . ."
"Jim died today."
And that's what we get, and deserve in the end:
Around the corner, a vanished friend.

12. தெருமுனையில்

தெருமுனையில் வசிக்கும் ஒர் நண்பன் உண்டு
இப்பெருநகரமோ முடிவில்லாதது
இருப்பினும் நாட்கள் நகர்ந்தன வாரங்கள் பறந்தன

அறியும் முன்னமே ஆண்டொன்று முடிந்தது
ஆனால் எனது நண்பனின் முகத்தை
ஒரு முறையேனும் பார்க்கவில்லை
வாழ்க்கையோ அதிவேகமும் பயங்கரப் போட்டியும்
கொண்டது

அவனறிவான் அவனை எனக்குப் பிடிக்குமென்று
இள நாட்களில் அவன் அழைப்பு மணியை
அழுத்தினேன்

அவனும் தான் என்னை மணி ஒலித்து அழைத்தான்
அவையெல்லாம் பிள்ளைப் பிராயங்கள்
இப்போதெல்லாம் நாங்கள் ஓய்தல் ஒழிவற்று
ஓடி ஓய்ந்த மனிதர்கள்

பேதைமை விளையாட்டால் தளர்ந்த பித்தர்
பெரியதொரு பேர் செய்ய வேண்டும் என
போராட்டத்தில் நைந்த மாந்தர்
"நாளை நண்பனைக் காண்பேன்" எனச் சொன்னேன்
"அன்புற அவனை எண்ணுகின்றேன் என்பதற்காக"
ஆனால் நாளை வந்து நாளை போனது
எம்முள்ளே இடைவெளி இன்னமும் வளர்ந்தது
தெருமுனையில்! - இருப்பினும் வெகு தொலைவில் ...

ஒருநாள் தந்தி ஒன்று வந்தது
"நண்பன் இறந்தான் இன்று "தபால்காரர் கூறினார்

அதுதான் நமக்கு கிடைக்கக் கடவது
நமக்குத் தகுதியான சரியான முடிவது
தெருமுனையில் இருந்த நண்பன் மறைந்தான்

ஆங்கிலத்தில் - சார்லஸ் ஹான்சன் டவுன்

13. THE DAY IS DONE

- H.W. LONGFELLOW

The day is done, and the darkness
Falls from the wings of Night,
As a feather is wafted downward
From an eagle in his flight.

I see the lights of the village
Gleam through the rain and the mist,
And a feeling of sadness comes o'er me
That my soul cannot resist:

A feeling of sadness and longing,
That is not akin to pain,
And resembles sorrow only
As the mist resembles the rain.

Come, read to me some poem,
Some simple and heartfelt lay,
That shall soothe this restless feeling,
And banish the thoughts of day.

Not from the grand old masters,
Not from the bards sublime,
Whose distant footsteps echo
Through the corridors of Time.

For, like strains of martial music,
Their mighty thoughts suggest
Life's endless toil and endeavour;
And to-night I long for rest.

Read from some humbler poet,
Whose songs gushed from his heart,
As showers from the clouds of summer,
Or tears from the eyelids start;

Who, through long days of labor,
And nights devoid of ease,
Still heard in his soul the music
Of wonderful melodies.

Such songs have power to quiet
The restless pulse of care,
And come like the benediction
That follows after prayer.

Then read from the treasured volume
The poem of thy choice,
And lend to the rhyme of the poet
The beauty of thy voice.

And the night shall be filled with music,
And the cares, that infest the day,
Shall fold their tents, like the Arabs,
And as silently steal away.

13. இந்த நாளும் முடிந்தது

நாளும் முடிந்தது இருளும்
இரவின் இறக்கையிலிருந்து மெதுவாக விழுந்தது
வல்லூறு உயர பறக்கையில்
தள்ளாடி விழும் அதன் இறகைப் போல்

கிராமத்தில் எரியும் விளக்குகள்
பிரகாசிப்பதை பார்த்தேன் மழையும் பனியும் ஊடே
வருந்து நிலை ஒன்று என்மேல் பரவியது
இதயமதைத் தவிர்க்க இயலவில்லை

ஏக்கமும் துக்கமும் கொண்ட உணர்வது
வலியால் வருவதைப் போலல்ல
துயரத்தை ஒத்ததாகவே உள்ளது
பொழியும் பனியும் மழையும் ஒத்திருப்பதை போல

வா, எனக்காக ஒரு கவிதை படி
எளிமையான மனமுவந்து படுக்க வைப்பது
இந்த பதற்ற உணர்வை மிதப்படுத்த வல்லது
மனத்தேற்றம் எண்ணங்களைத் துரத்திவிடவல்லது

பெருமகனார் புனைந்த பெரும் பனுவலல்ல
பெருங்கவிஞர் வரைந்த உயர் கவிதையுமல்ல
அத்தகு கவிஞரின் காலடி ஓசைகள்
காலத்தின் தாழ்வாரங்களில் எதிரொலிக்கும்

விரைந்து பீடு நடை போடும் வீர மகனாரின் வாசிப்பல்ல
அது வலிமையான எண்ணம் தழுவியது

வாழ்வியலின் விழைவுகளையும் உழைப்புகளையும்
காட்டுவது
எனக்கு வேண்டுவதோ அமைதியில் நீண்ட ஓய்வு

ஏதாவது ஒரு எளிமைக் கவிஞனைப் படி
கவிதைகளை அவன் இதயம் கொப்பளித்திருக்கும்
கோடை காலத்து கருமேகத்து குளிர் மழையாய்
பொழிந்திருக்கும்
அல்லது கண்விழியின் நீர்த்துளியாய் வழிந்திருக்கும்

எவனொருவன் நாளின் நீளத்தில் உழைத்துவிட்டு
இரவிலும் யாதொரு சவுக்கியமும் இல்லாமல்
இருப்பினும் தன் இதயத்தின் பாடலை
அருமையான மெல்லிசையாய் கேட்டிருப்பான்

அத்தகு பாடல்களுக்கே அந்தத் தகுதியுண்டு
இதயத்தின் துடிப்பை இதமாக்கி அமைவதற்கு
அத்தகு கவிதைகளுக்கே அந்த தகுதி உண்டு
இறை வணக்கத்திற்குப் பின் ஆசியாய் வருவது

பின் அந்தப் பொக்கிஷப் புத்தகத்திலிருந்து
நீயே தேர்ந்தெடுத்து ஒரு கவிதை படி
அந்தக் கவிஞனின் சந்தத்துடன் சேர்ந்திடு
உந்தன் அழகு குரலை அதனில் சேர்த்திடு

இந்த இரவு இசையால் நிறையட்டும்
பகல் பொழுதுகளைத் தொற்றும் கவலைகள்
கூடாரங்களை மூடும் அரபு நாட்டவர் போல
ஒன்றும் நடவாதது போல மௌனமாகக் கலைந்து விடும்

ஆங்கிலத்தில் - ஹெச். டபுள்யூ. லாங் ∴பெல்லொ

14. ODE ON SOLITUDE

- Alexander Pope

Happy the man, whose wish and care
A few paternal acres bound,
Content to breathe his native air,
In his own ground.

Whose herds with milk, whose fields with bread,
Whose flocks supply him with attire,
Whose trees in summer yield him shade,
In winter fire.

Blest, who can unconcernedly find
Hours, days, and years slide soft away,
In health of body, peace of mind,
Quiet by day,

Sound sleep by night; study and ease,
Together mixed; sweet recreation;
And innocence, which most does please,
With meditation.

Thus, let me live, unseen, unknown;
Thus unlamented let me die;
Steal from the world, and not a stone
Tell where I lie.

14. தனிமைக்கொரு கவிதை

பாட்டன் அப்பன் சொத்து
தோட்டமாய் காணி சில வைத்திருந்தால்
மகிழ்வுடன் செல்லும் ஆசையும் தேவையும்
சொந்த நிலத்தில் எந்தவொரு தொந்தரவின்றி
சந்தோஷமாய் சுவாசிக்கலாம்

ஆவினங்கள் பாலீன்ற விளைநிலங்கள் உணவீன்ற
கால்நடைகள் உடல்மறைக்க உடைதார
படர் மரங்கள் கோடை தனில் நிழல்தார
கடுங்குளிரில் நெருப்பூட்ட விறகு தார

அருளாசி பெற்றவன் சிந்தையும் கவனமற்று
மணியும் நாளும் வருடமும் மென்மையாக வழுக்கி
செல்ல
பிணியும் நோயுமற்று மனதோடு நிம்மதி கொண்டு
பரபரப்பின்றி பகல் பொழுது

நல்லுறக்கத்தில் இரவுகள் படிப்பும் எளிதாக
இரண்டும் கலந்த இனிய பொழுது போக்கு
இயல்பாக அப்பாவியாக எல்லோரையும் கவரும் விதம்
மோன நிலையில் அமர்ந்து

அவ்வாறு வாழ்வேனாக எவராலும் காணப்படாமல்
அறியப்படாமல்
எவ்வித புலம்பலின்றி போகவேண்டும் மறைந்தே
எவ்வித ஓசையின்றி உலகைவிட்டு நடு கல்லேதும்
நான் கிடக்குமிடம் கூறாவண்ணம்

ஆங்கிலத்தில் - அலெக்சாண்டர் போப்

15. MAKING AND BREAKING

- Kathleen Partridge

Smashed to pieces was the trinket,
That my careless hands let fall,
Of erstwhile beauty there remained
Chipped fragments that was all,
But as I viewed the damage wrought,
With truth my mind was filled,
How easy it is to break and burn,
How hard it is to build

How quickly we shutter
Someone's cherished rosy dream,
And prove that high ideals
Are even vainer than they seem,
Can pull great hopes to pieces
With a common-place remark —
Condemn an aim as hopeless
Which can never hit the mark

How easy it is to break and burn
With — common sense and wit,
Yet, offer nothing better

That can take the place of it

To prove a purpose futile

And to leave endeavour chilled

How early just to break and bruise

How hard it is to build

15. ஆக்கமும் அழித்தலும்

சிதறி உடைந்தது ஆடி கோப்பையது
கருத்தறியா கைகளெனது தவறவிட்டது
முந்தைய அழகெல்லாம் போக இப்போது
வெறும் சில்களே பரவி இருந்தது
நடந்துவிட்ட சேதத்தை நோக்குங்கால் எனது
நெஞ்சத்தில் உண்மையொன்று நிறைந்தது

எவ்வளவு எளிது உடைப்பதும் எரிப்பதும்
எவ்வளவு கடினம் வடிவம் கொடுப்பது
எவ்வளவு வேகத்தில் சிதற வைக்கின்றோம்
வேறொருவர் காப்பாற்றிய வண்ணமிகு கனவை
உயர் கொள்கை அதனைப் பறைசாற்றியே
பொய் பெருமையின் பகட்டைக்காட்டியே
பெரிய நம்பிக்கையைப் பொடிப் பொடியாக்கவல்லது

பொதுவாக பேச்சால் எக்களிப்பது
உயர் குறிக்கோளொன்றை நம்பிக்கையற்றது
இலக்கை அடைய தகுதியற்றது என்றே கேலி செய்வது
எவ்வளவு எளிது உடைப்பதும் உலைப்பதும்

அறிவுடனிருந்தும் அனைத்தும் உணர்ந்தும்
இதனினும் நன்றொன்றைக் கொடாது
இந்நிகழ்வை நடக்க விடாது
ஒரு உபயோகமானதை உருப்படாமல் செய்து
அந்த முயற்சியை அரைகுறையில் உறையவிட்டு ...
எவ்வளவு எளிது உடைப்பதும் அடிப்பதும்
எவ்வளவு கடினம் உருவம் கொடுப்பது!

ஆங்கிலத்தில் - காத்தலீன் பார்ட்ரிஜ்

16. SOMEBODY'S MOTHER

- Mary Dow Brine

The woman was old and ragged and grey,
And bent with the chill of a winter's day;

The streets were white with a recent snow,
And the woman's feet with age were slow.

At the crowded crossing she waited long,
Jostled aside by the careless throng

Of human beings who passed her by,
Unheeding the glance of her anxious eye.

Down the street with laughter and shout,
Glad in the freedom of 'school let out,'

Come happy boys, like a flock of sheep,
Hailing the snow piled white and deep;

Past the woman, so old and gray,
Hastened the children on their way.

None offered a helping hand to her,
So weak and timid, afraid to stir,

Lest the carriage wheels or the horses' feet
Should trample her down in the slippery street.

At last came out of the merry troop
The gayest boy of all the group;

He paused beside her and whispered low,
'I'll help you across, if you wish to go.'

Her aged hand on his strong young arm
She placed, and so without hurt or harm

he guided the trembling feet along,
Proud that his own were young and strong;

Then back again to his friends he went,
His young heart happy and well content.

'She's somebody's mother, boys, you know,
For all she's aged, and poor and slow;

And some one, some time, may lend a hand
To help my mother- you understand? -

If ever she's old and poor and gray,
And her own dear boy so far away.'

And 'Somebody's mother' bowed low her head
In her home that night, and the prayer she said

Was: 'God be kind to that noble boy,
Who is somebody's son and pride and joy.

16. யாருடைய அன்னையோ...!

அவள் வயதில் முதிர்ந்துச் சிதைந்து வெளிறிய
மூதாட்டி
குளிர் காலத்தின் கொடூரத்தில் கூனி குறுகி
நின்றிருந்தாள் அன்று
தெருவெல்லாம் ஈரம் பனிபொழிதலின் கைவண்ணம்
உருவெல்லாம் சுருங்க வயதின் முதிர்வால் கால்கள்
வேகமிழந்தன

சாலைக் குறுக்கின் ஓரத்தில் கடப்பதற்காக
வேலைப் பணியென போவோர் வருவோர்
கூட்டத்தின் நடுவில் தனிமையில் காத்திருந்தாள்

மானுடர் பலரும் போனார் வந்தார், அவளைக் கடந்து
எனினும் அவள் விழி காட்டிய பதற்றத்தை பார்க்கவே
இல்லை

தெருவில் எதிர் முனையில் கும்மாளமிட்ட வண்ணம்
பள்ளி விடுத்த மகிழ்ச்சியில் ஆர்ப்பரித்து வந்த கூட்டம்

சிறார்கள் அனைவரும் செம்மறிக் கூட்டம் போல
பனிபொழிவால் பரவசப்பட்டு வெண்மையின்
வசீகரத்தில் விளையாடி

வயோதிகத்தால் வெளிறிப்போன மூதாட்டியை
தாண்டியே
வேகமாக விரைந்து ஓடி சென்றனரே

எந்தவொரு உதவிக்கரமும் அவளுக்கு நீட்டவில்லை
சாந்தமாக அவளோ பயந்தவண்ணம் நின்றிருந்தாள்

தெருவில் பாதம் பதித்தால் புரவியின் சாரட்டு வண்டி
உருக்குலைய இடித்துவிடுமோ? குளம்பாடிகள்
மிதித்துவிடுமோ? எனும் பயம்

கடைசியாக குதூலித்த கூட்டத்திலிருந்து ஒருவன்
சிறுவன் என்றாலும் ஆர்வமாய் முன் வந்தான்

அவளருகில் வந்து மென்குரலில் முணுமுணுத்தான்
"தெருவை கடக்க உதவுகின்றேன் விருப்பப்பட்டால்"

மூதாட்டி தனது தளிர் கரத்தை இளம் கரத்தில் வைத்தாள்
மெதுவாக வலியாமல் அதனை பற்றினான்

நடுங்கும் அந்தக் கால்களை மெல்ல நடத்திச் சென்றான்
மிடுக்கான தனது அவயங்களை எண்ணி பெருமிதம்
தான் கொண்டான்

மீண்டும் தனது நண்பருடன் கலந்து சென்றான்
நன்றொன்று செய்ததை எண்ணி மனதில் நிறைவு
கொண்டான்

"நண்பரே அறிவீர் அவளும் யாருடைய தாயோ!
முதுமை ஏழ்மை வேகமின்மை பாவம் அவளின்
நிலைமை"

"என் அன்னையும் அந்நிலையிலிருந்தால் யாரேனும்
கரம் நீட்டுவார்
என் அன்னைக்கு உதவியாக உறவு பாராட்டுவார்!"

"அவளும் இது போல் ஏழ்மையில் வெளிரியே ....
அவள் மகன் தொலைவில் எங்கோ வெளியேறி
வாழவே ....

அந்த "யாருடைய அன்னையோ" தலையை மெல்ல
வணங்கினாள்
அவள் வீட்டில் அன்றிரவு பிரார்த்தனையின் போது

"இறைவ அந்த உன்னத நெஞ்சிடம் அன்பு செய்வாய்
யாருடைய பிள்ளையோ அவள் மகிழ்ச்சியும்
பெருமையும் கொண்டவள்"

ஆங்கிலத்தில் - மேரி டௌ பிரைரன்

17. TRUTH

- John Masefield

Man with his burning soul
Has but an hour of breath
To build a ship of Truth
In which his soul may sail
Sail on the sea of death
For death takes toll
Of beauty, courage, youth,
Of all but Truth.

17. உண்மை

எரியும் ஆன்மாவுடன் மனிதன்
சுவாசிக்கும் காலமோ ஒரு துளி கணம்
சமைத்திடுவான் உண்மையின் ஓடம்
ஏனெனில் அவனின் ஆன்மா அதனில் தான் ஓடும்
மரணப் பெருங்கடலெனும் மயானத்தில் பயணம்
இறப்பே இருப்பதையெல்லாம் அழிக்கும்
அழகு ஆற்றல் இளமை அனைத்தையும் பறிக்கும்
அனைத்தையும் .... உண்மையைத் தவிர

ஆங்கிலத்தில் - ஜான் மாசே ஃபீல்டு

18. SAY NOT THE STRUGGLE NOUGHT AVAILETH

- Arthur Hugh Clough

Say not the struggle nought availeth,
The labour and the wounds are vain,
The enemy faints not, nor faileth,
And as things have been they remain.

If hopes were dupes, fears may be liars;
It may be, in yon smoke concealed,
Your comrades chase e'en now the fliers,
And, but for you, possess the field.

For while the tired waves, vainly breaking
Seem here no painful inch to gain,
Far back through creeks and inlets making,
Comes silent, flooding in, the main.

And not by eastern windows only,
When daylight comes, comes in the light,
In front the sun climbs slow, how slowly,
But westward, look, the land is bright.

18. போராட்டங்களால் பயனில்லை எனச் சொல்லாதே

போராட்டங்களால் பயனொன்றுமில்லை
எனக் கூறிவிடாதே
உழைத்த உழைப்புகளும் சகித்த அடிகளும்
வீண் எனக் கூறிவிடாதே
எதிரி என்றும் மயங்குவதில்லை தவறி வீழ்வதும்
இல்லை
எனக் கூறிவிடாதே
இருப்பதெல்லாம் மாறாது இருந்தபடியே இருந்துவிடும்
என நம்பிவிடாதே

நம்பிக்கையெல்லாம் ஏமாற்றுபவையயானால்
படும் அச்சமெல்லாம் பொய்மையானால்
தொலைதூரத்து புகை மண்டலத்தில் மறைந்திருக்கும்
உனது தோழர்கள் இன்னமும் விமானங்களை
விரட்டுகின்றனர்
உன்னைத் தவிர்த்து போர்க்களத்தை பிடித்துள்ளனர்

சலித்துவிட்ட அலைகள் அடித்துடைக்க வீணாகும்
முயற்சி
பார்த்தால் ஒரு துளியேனும் முந்தி இராது
ஆனால் பின்னால் விரிசலிலும் நுழைவுத் துளையிலும்
இடம் பிடித்து உடைத்துப் பொங்கி வரும் வெள்ளம்

கிழக்கு சாளரத்தில் மட்டுமல்ல
பகலவன் நுழைய பிரகாசமும் நுழைவதற்கு
எழும் வெயில் முன்னால் மெதுவாக எவ்வளவு
மெதுவாக
இருப்பினும் மேற்கிலும் நிலத்தில் வெளிச்சம் வீழும்

ஆங்கிலத்தில் - ஆர்த்தர் ஹியூக் க்ளோ

19. THE TIME-CLOCK

- Charles Hanson Towne

I

"Tick-tock! Tick-tock!"
Sings the great time-clock.
And the pale men hurry
And flurry and scurry
To punch their time
Ere the hour shall chime.
"Tick-tock! Tick-tock!"
Sings the stern time-clock.

"It — is — time — you — were — come!"
Says the pendulum.
"Tick-tock! Tick-tock!"
Moans the great time-clock.
They must leave the heaven
Of their beds. . .. It is seven,
And the sharp whistles blow
In the city below.
They can never delay —
If they're late, they must pay.

"God help them!" I say.
But the great time-clock
Only says, "Tick-tock!"

They are chained, they are slaves
From their birth to their graves!
And the clock
Seems to mock
With its awful "tick-tock!"
There it stands at the door
Like a brute, as they pour
Through the dark little way
Where they toil night and day.
They are goaded along
By the terrible song
Of whistle and gong,
And the endless "Tick-tock!"
Of the great time-clock.

"Tick-tock! Tick-tock!"
Runs the voice of the clock.

II

Some day it will cease!
They will all be at peace,
And dream a new dream
Far from shuttle and steam.

And whistles may blow,
And whistles may scream —
They will smile — even so,
And dream their new dream.

But the clock will tick on
When their bodies are gone;
And others will hurry,
And scurry and worry,
While "Tick-tock! Tick-tock!"
Whispers the clock.

"Tick-tock! Tick-tock!
Tick-tock! Tick-tock!"
Forever runs on the song of the clock!

19. காலத்தின் கடிகாரம்

"டிக் - டாக்! டிக் டாக்!"
காலத்தின் கடிகாரம் பாடுகின்றது
தொய்ந்த மாந்தரோ துரிதம் காட்டினர்
ஒரு படபடப்பு உடன் பரிதவிப்பு
வரும் நேரத்தின் சரியான பதிப்பு
விடுத்தால் மணி அடித்துவிடும்
"டிக் - டாக்! டிக் - டாக்!"
கண்டிப்புடன் கடிகாரம் பாடுகின்றது

"சேரும் நேரத்தில் சரியாக வர வேண்டும்"
கூறுகின்றது ஆடும் ஊசல்
"டிக் - டாக்! டிக் டாக்!"
நெடிய கடிகாரம் முனகியது
மஞ்சமெனும் சொர்க்கம் விட்டு
எழவேண்டும் ...ஏழாகிவிட்டது
ஊதலின் அந்தக் கீச்சிடும் குரல்
ஊர்மேல் பரவியது
தாமதிக்க இயலாது அவர்கட்கு
தாமதித்தால் தண்டம் கட்ட நேரிடும்
"கடவுளே காப்பாற்று அவரை" என்று சொல்வேன்
பெரிய கடிகாரமோ அது
"டிக்-டாக்! டிக்- டாக்!" என்று மட்டும் சொன்னது

தளை பிணைத்த அடிமையவர்
பிள்ளையாய் பிறந்தது முதல் இறக்கும் வரை
கடிகாரமோ அது
கிண்டல் செய்கின்றது போலும்
குரூரமான தனது "டிக் - டாக்!" ஓசையால்

கதவின் பக்கத்தில் நின்றது
மிருகத்தனமாக கும்பலாய் வழிந்தனர்
இருள்சூழ்ந்த அந்தக் குறுகிய பாதையில்
அங்கு சிரமத்துடன் உழைத்தனர் இரவு பகலாக
தூண்டப்பட்ட வண்ணம் இருந்தனர்
பயங்கர ஓசையால்
ஊதலும் சேகண்டியும் செய்தது
மேலும் முடிவில்லா "டிக் - டாக்" அந்த
மாபெரும் கடிகாரம் செய்தது

"டிக் - டாக்! டிக் - டாக்!"
தொடர்கின்றது கடிகாரத்தின் குரல்

II

ஒருநாள் அது நிற்கும்
யாவருக்கும் நிம்மதி நிலைக்கும்
அக்கனவை விடுத்து புதுக்கனவு காணலாம்
இந்த பரபரப்பும் மூச்சிரைப்பும் விடுத்தே தொலைவில்
ஊதல்கள் ஊதக்கூடும் அல்லேல்
ஊதல்கள் அலறக் கூடும்
இருப்பினும் இவரே புன்முறுவலுடன் இருப்பர்
உவப்புடன் புதிய கனவு காணுவர்

ஆனால் கடிகாரமோ தொடரும்
அவர் உடல்கள் போன பின்னும்
வேறொரு கூட்டம் இப்போது அவசரத்தில்
ஒரு பரபரப்பு உடன் மனத் தவிப்பு
இடையில் "டிக் - டாக்! டிக் - டாக்!" என
துடித்து கொண்டிருந்தது கடிகாரம்

"டிக்-டாக்! டிக்-டாக்!
டிக்-டாக்! டிக்-டாக்!"
முடிவில்லாமல் ஓடும் (பாடும்)
இந்த கடிகாரம்!

ஆங்கிலத்தில் - சார்லஸ் ஹான்சன் டவுன்

20. THE VOICE OF GOD

- James Stephens

I bent again unto the ground.
And I heard the quiet sound
Which the grasses make when they
Come up laughing from the clay.

"We are the voice of God," they said:
Thereupon I bent my head
Down again that I might see
If they truly spoke to me.

But around me everywhere
Grass and tree and mountain were
Thundering in mighty glee,
We are the voice of deity!

And I lept from where I lay;
I danced upon the laughing clay;
And, to the rock that sang beside,
"We are the voice of God," I cried.

20. கடவுளின் குரல்

மீண்டும் குனிந்தேன் மண்மீது
மௌனமான் குரலை மெதுவாகக் கேட்டேன்
மீண்டெழும் புற்கள் விதைகளிலிருந்து
மண் துளைத்து சிரித்து வெளிவரும் ஓசையது

நாங்கள் கடவுளின் குரல்! என்றே கூறின
அக்கணமே மீண்டும் தலை சாய்த்தேன்
மண்ணைப் பார்த்தேன் காண்பதற்காக
உண்மையில் என்னிடம் தான் பேசினவா?

ஆனால் என்னைச் சுற்றி எங்கும்
புல்லும், மரமும் பெருமலையும் தான்
இடி போன்ற பெருமிதத்தில்
விக்கிரகத்தின் குரல் நாங்கள் என்றே கூவின

படுத்திருந்ததை விடுத்து குதித்தெழுந்தேன்
நெடுகச் சிரித்து களிமண் மேல் ஆடினேன்
பாடுகின்ற பெருத்த பாறையின் பக்கத்தில்
உரத்த குரலில் கூறினேன்

நாங்கள் கடவுளின் குரல்!

ஆங்கிலத்தில் - ஜேம்ஸ் ஸ்டிபென்ஸ்

21. THE DARKNESS

- Charles Hanson Towne

The darkness has been very kind to me;
She has shut out the white flame of the world.,
Hidden the sun of sorrow when it hurled
Its beam on me, and I was lost in light!
She brought the velvet healing of the night
When I was frantic with the starring day
A waveless ocean, drowning my dismay

The darkness has been very kind to me;
Like a still prayer thought – by a lonely nun
Her quiet is ; the days griefs, one by one,
Drift to the shove of long-forgotten things,
And hushed are the loud earth's old echoings
Deep in her bosom, deep, oh, very deep,
I hide my head when her first shadows crap
And sink at last within the pool of sleep

21. இருள்

இருள் என்னிடம் அன்புடன் இருந்துள்ளது
அவள் அந்த அவனியின் வெண் தணலை முடிவிட்டாள்
துயரத்தின் சூரியனை மறைத்துவிட்டாள் அது என் மீது
கிரணத்தை வீசிய போது அந்த ஒளிப் பிழம்பில்
தொலைந்து விட்டேன்
மெத்தெனும் வெல்வெட்டுப் போல் குணமளிக்கும்
இரவைக் கொண்டுவந்தாள்
முகத்தில் வந்து முறைக்கும் நாளைப் பார்த்து நான்
பரபரக்க இருந்த போது
என்னைச் சுற்றியே அவளது உயர்ந்த ஆவி இருந்தது
திரைகளற்ற பெருங்கடல் எனது பயங்களை
மூழ்கடித்தது

இருள் என்னிடம் அன்புடன் இருந்துள்ளது
கன்னியாஸ்திரியின் தனிமைப் பிரார்தனைப் போல
அவளின் அமைதியோ நாளின் வருத்தங்களை
ஒவ்வொன்றாக
மிதித்து மறந்துவிடும் பொருட்களின் கரைகளில் சேர்ந்து
விட்டது
பூமியின் பேரிரைச்சலாயிருந்த பழைய
எதிரொலியெல்லாம் நிசப்தமாகின
அவளது மார்பின் ஆழத்தில் ஓ, மிகுந்த ஆழத்தில்
அவளின் முதல் நிழல்கள் நெளியும் போது எனது
தலையை மறைத்து கொள்வேன்
அந்திமத்தில் துயிலென்னும் குளத்தில் மூழ்கி
விடுவேன்

ஆங்கிலத்தில் - சார்லஸ் ஹான்சன் டவுன்

22. INVICTUS

- William Ernest Henley

Early in childhood, William Ernest Henley was inflicted by tuberculosis. Any amount of treatment and medicines were in vain. The situation became grave to the extent that his leg had to be amputated if he has to survive. In this condition William Ernest Henley travelled to London where he was treated by the famous doctor Joseph Lister. He was a surgeon, medical scientist, experimental pathologist and an pioneer of antiseptic surgery and preventative medicine. He revolutionised the craft of surgery. He promoted the idea of sterile surgery and successfully introduced – carbolic acid (now known as phenol) to sterilise surgical instruments and clean wounds. He was the one who successfully treated William Ernes Henley. Not only was he saved but also escaped amputation of his leg. An invalid battered by life refused to be broken. This poem is a powerful witness to the strength of his character. Particularly noteworthy is the use of alliteration, which adds to the power of expression

Out of the night that covers me
Black as the pit from pole to pole,
I thank whatever gods may be
For my unconquerable soul.

In the fell clutch of circumstance,
I have not winced nor cried aloud.
Under the bludgeonings of chance
My head is bloody, but unbowed.

Beyond this place of wrath and tears
Looms but the Horror of the shade,
And yet the menace of the years
Finds, and shall find, me unafraid.

It matters not how strait the gate,
How charged with punishments the scroll,
I am the master of my fate
I am the captain of my soul.

22. வெல்லமுடியாதது

இந்த அற்புத கவிஞர் தனது இளமைக்காலத்தில் காசநோயால் தாக்கப்பட்டார். அதீதமான நோயின் தாக்கத்தைக் கட்டுப்படுத்தி குணப்படுத்த எத்தகு மருத்துவமும் மருந்துகளும் பலனளிக்கவில்லை, நோயின் தாக்கத்தால் தனது காலை இழக்கும் நிலைக்கு தள்ளப்பட்டார். அதாவது அறுவை சிகிச்சை மூலம் காலை எடுத்துவிட்டால் தான் உயிர் பிழைக்க முடியம் எனும் நிலை. அத்தகு நிலைமையில் லண்டனுக்குப் பயணமாகி அங்கே ஜோசப் லிஸ்டர் எனும் மாமேதையான மருத்துவரிடம் சிகிச்சை பெற்றார். ஜோசப் லிஸ்டர் தனது திறமையால் அறுவை சிகிச்சையின்றி வில்லியமை குணமாக்கினார். இவர் தான் அறுவை சிகிச்சையில் நோய் நுண்மத்தடைமுறைகளைப் பயன்படுத்துவதைக் கண்டுபிடித்தார். அறுவை சிகிச்சைக்காகப் பயன்படுத்தும் மருத்துவக் கருவிகளைக் கொதிக்க வைப்பதின் மூலம் நோய் நுண்மங்களை ஒழிக்கமுடியும் எனக் கண்டறிந்தார். தற்போது "பினாயில்" என்றழைக்கப்படும் கார்போலிக் அமிலத்தினால் காயங்களில் உள்ள நோய்க் கிருமிகளைத் தடை செய்ய முடியும், மேலும் கிருமிகளைச் சுத்திகரிக்க முடியும் எனவும் கண்டறிந்தார். வில்லியம் ஹென்லே தனது அசாத்திய மனோ திடத்தை இக்கவிதையில் காட்டியுள்ளார். கவனிக்க தக்கது யாதெனில் கவிதையில் உவமைகளின் பயன்பாடு. அது ஒரு பெருந்தாக்கமாக வெளிப்படுகிறது

என்னை மூடும் இந்த இரவிலிருந்து
இரு துருவங்களுக்கிடையே கருங்குழியாக
இறைவர் யாராகிடினும் அவர்கட்கு என் நன்றி
எனது வெல்லமுடியாதிந்த நெஞ்சம் கொடுத்ததற்காக

சூழ்நிலைகளின் கைகளின் கோரப்பிடியிலிருந்தும்
நான் புலம்பவில்லை கதறி அழவுமில்லை
தற்செயலான சூழல்களும் அடி மேல் அடி கொடுக்க
அதனில் என் தலை சிவந்தது ஆனால் குனியவில்லை

கொடுஞ் சாபமும் குமுறலும் கொண்ட
இவ்விடம்தாண்டி
பயங்கரத்தை கருநிழலங்கு பரவி எழுகின்றது
அதட்டும் அந்த வருடங்கள் இங்கென்னை
பயமற்று இருப்பதைப் பார்த்தது இனியும் பார்க்கும்
நிலைக் கதவு குறுகியது கடப்பது கடினம் என்பது
கவலையில்லை
ஏடுகளில் எத்தனை வகை தண்டனைகள்
எழுதியிருந்தாலும் கவலையில்லை
எனது விதிக்கு நானே அதிபதி
எனது நெஞ்சிற்கு நானே தலைவன்!

ஆங்கிலத்தில் - வில்லியம் எர்னெஸ்டு ஹென்லே

23. A CHILD

- William Ernest Henley

A child,
Curious and innocent,
Slips from his Nurse, and rejoicing
Loses himself in the Fair.

Thro' the jostle and din
Wandering, he revels,
Dreaming, desiring, possessing;
Till, of a sudden
Tired and afraid, he beholds
The sordid assemblage
Just as it is; and he runs
With a sob to his Nurse
(Lighting at last on him),
And in her motherly bosom
Cries him to sleep.

Thus thro' the World,
Seeing and feeling and knowing,
Goes Man: till at last,
Tired of experience, he turns
To the friendly and comforting breast
Of the old nurse, Death.

23. ஒரு பிள்ளை

ஒரு பிள்ளை
ஆர்வம் மிக்கது அப்பாவியானது
செவிலித்தாயைத் தப்பி சென்றதில் மகிழ்ச்சி
கண்காட்சியில் தொலைந்து விட்டது

அலைமோதும் கும்பலின் ஆர்பரிப்புகளுக்கிடையே
அலைந்து திரிந்து மகிழ்ந்தது
கனவு கண்டது, ஆசைப்பட்டது, தனதாக்கி கொண்டது

ஒரு தருணம் வரை, திடிரென்று
களைத்து பயந்து பார்க்கின்றது
இழிவான ஒரு கூட்டம்
அத்தருணத்தில் பிழைக்க ஓடியது
அழுது கொண்டே தன் செவிலித் தாயிடம்
தெளிவு இறுதியில் அந்த மேல் மின்னலாய் ஒளிர்ந்தது

அன்னையின் அரவணைப்பில்
அழுது கொண்டே துயில்கின்றது

அப்படியாக உலகத்தின் ஊடே
பார்த்தலும் உணர்தலும் அறிதலும்
போகின்றான் மனிதன் கடைசிவரை
பின், அனுபவத்தால் தளர்ந்து திரும்புகின்றான்
நட்பாய் ஆறுதலாய் இருக்கும் மார்பிற்கு
அதன் முதிர்ந்த செவிலித் தாய், மரணம்!

ஆங்கிலத்தில் - வில்லியம் ஏர்னெஸ்ட் ஹென் லே

24. IF

- Rudyard Kipling

If you can keep your head when all about you
Are losing theirs and blaming it on you;
If you can trust yourself when all men doubt you,
But make allowance for their doubting too;
If you can wait and not be tired by waiting,
Or, being lied about, don't deal in lies,
Or, being hated, don't give way to hating,
And yet don't look too good, nor talk too wise;
If you can dream—and not make dreams your master;
If you can think—and not make thoughts your aim;
If you can meet with triumph and disaster
And treat those two impostors just the same;
If you can bear to hear the truth you've spoken
Twisted by knaves to make a trap for fools,
Or watch the things you gave your life to broken,
And stoop and build 'em up with wornout tools;
If you can make one heap of all your winnings
And risk it on one turn of pitch-and-toss,
And lose, and start again at your beginnings
And never breathe a word about your loss;
If you can force your heart and nerve and sinew

To serve your turn long after they are gone,
And so hold on when there is nothing in you
Except the Will which says to them: "Hold on";
If you can talk with crowds and keep your virtue,
Or walk with kings—nor lose the common touch;
If neither foes nor loving friends can hurt you;
If all men count with you, but none too much;
If you can fill the unforgiving minute
With sixty seconds' worth of distance run—
Yours is the Earth and everything that's in it,
And—which is more—you'll be a Man, my son!

24. ஆனால்

உனது நிதானத்தைத் தொலைக்காமல் வைத்திருந்தால்
உன்னை பற்றி அவதூறு கூறி அனைவரும்
தங்களது நிதானத்தைத் தொலைத்து விட்ட போது
உன்னையே நீ நம்பினால்
உன்னைப் பற்றி மற்றவரெல்லாம் சந்தேகித்தபோது
அவர்களின் சந்தேகத்தை கருத்தில் கொள்
காத்திருந்து ... காத்திருந்து ...
களைப்புறாமல் உன்னால் காத்திருக்க முடியுமானால்
உன்னை பற்றி பொய் பரப்பப்படும் வேளையில்
பொறுத்திரு ஆனால் பொய்களுடன் நீ புழங்காதே
நீ வெறுக்கப்படும் வேளையில், பொறுத்திரு
நீ வெறுப்பு கொள்ளாதே
மேலும் முகத்தில் ஆக்ரோஷம் தேவை இல்லை
மேதாவி போலப் பேசவும் தேவையில்லை

உன்னால் கனவு காண முடியுமானால்
கனவுகளின் ஆளுமைக்கு நீ ஆளாகாமலிருந்தால்
உன்னால் சிந்திக்க முடியுமென்றால்
அந்த எண்ணைகளை இலக்காக நீ வைக்காமலிருந்தால்
உன்னால் வெற்றியையும் பேரிடரையும் சமமாக
சந்திக்க முடியுமானால்
அந்த இரு வஞ்சகத்தையும் ஒரு சீராகக்
கருதமுடியுமானால்
நீ கூறும் உண்மைகளை நீயே கேட்டு சகிக்க
முடியுமானால்
உனது மெய் வாக்கினைக் கத்தியால் திரித்து
மூடர்களைப் பிடிக்க பொறியாகப் பயன்படுத்தினால்
உனது வாழ்க்கையை அர்ப்பணித்து ஈட்டிய பொருட்கள்

உடைந்து விழுவதை உன்னால் பார்க்கமுடியுமானால்
குனிந்து உடைந்ததைச் சேகரித்து
மீண்டும் சமைக்க முடியுமானால், அதுவும்
உடைந்த கருவிகளை வைத்துக்கொண்டு
உனது வெற்றிச் செல்வங்களையெல்லாம் குவித்து
வைத்து
சூது பகடையின் ஒரே வீச்சில் தொலைந்து போகும்
இருப்பினும் அந்த ஆபத்தினில் அணுகுவாயானால்
தொலைந்தே விட்டாலும் அதைப்பற்றி ஒரு
வார்த்தையும்
மூச்சு விடாமல் இருப்பாயானால்
வலுக்கட்டாயமாக அயர்ந்து விட்ட உனது
இதயத்தையும் நரம்பு நாண்களையும்
அவைதனின் வேகம் போனபின்னாலும்
உனதிச்சைக்கேற்ப செயல்பட வைப்பாயானால்
ஒன்றுமே உன்னிடம் இல்லாத போது
தாங்கிடுவாயானால்
வெறும் மனோதிடம் மாத்திரம் "தாங்கிடு" எனக்
கூறுகையில்

கூட்டங்களோடு பேசுகையில் உனது
ஒழுக்கத்தை விடாமலிருப்பாயானால்
ஆளுவானோடு நடந்தாலும் எளியாரோடு உனது
தொடர்பு துணியாதிருக்குமானால்
எதிரியாலோ அன்பர்ந்த நட்பாலோ
எப்போதுமே காயப்படாமலிருப்பாயானால்
எல்லோரும் உன்னைப் பெரிதென்று பொருட்டாக
கருதினாலும்
நீ யார் கருத்தையும் பெரிதாக கொள்ளாமல்
இருப்பாயானால்
ஒரு நிமிடம் தான் உன்னிடம் உள்ளது

அதனை உனதுத் திறனால் நிரப்புவாயாக
அறுபது வினாடிகளின் பயனுள்ள ஓட்டமது
இவையெல்லாம் உன்னால் கூடுமானால்
உனது தானிந்த பூமியும் அதனுள் இருப்பவை யாவும்
மேலும் அதனினும் பெரியது - நீ மனிதனாவாய்
என் மகனே!

ஆங்கிலத்தில் - ருட்யார்டு கிப்லிங்

25. WHERE THE MIND IS WITHOUT FEAR

- Rabindranath tagore

Where the mind is without fear and the head is held high;

Where knowledge is free;

Where the world has not been broken up into fragments by narrow domestic walls

Where words come out from the depth of truth;

Where tireless striving stretches its arms towards perfection;

Where the clear stream of reason has not lost its way into the dreary desert sand of dead habits;

Where the mind is led forward by

Thee into ever-widening thought and action

Into that heaven of freedom, my Father, let my country awake.

25. மனமெங்கே பயமின்றி இருக்கின்றதோ

மனமெங்கே பயமின்றி இருக்கின்றதோ
சிரமெங்கே நிமிர்ந்து நிற்கின்றதோ
அறிவுபெற எங்கே விலையில்லையோ
புவியெங்கே துகள்களாகாமல் உட்பூசல்
சுவர்களால் பிரிக்கப்படாமல் இருக்கின்றதோ
எங்கே ... வார்த்தைகள் வாக்கில் உண்மையின்
ஆழத்திலிருந்து வருகின்றதோ
எங்கே .... அயராத உழைப்பு செம்மையை நோக்கி கரம்
நீட்டுகின்றதோ
எங்கே தெளிவான கருத்து செத்துவிட்ட
பழக்கத்தின் பாலைப் புதை மணலில் பாதை மாறாமல்
இருக்கின்றதோ
எங்கே மனம் உன்னால் முன் நடத்தப்பட்டு
விரியும் எண்ணங்களில் பெரும் செயல் திறனில்
அழைத்துச் செல்லப்படுகின்றதோ
அந்த சுதந்தர சொர்க்கத்தில் எனது இறைவ
எனது நாடு விழிக்கட்டும்

ஆங்கிலத்தில் - ரபீந்திரநாத் தாகூர்

26. THIS IS MY PRAYER TO THEE, MY LORD

- Rabindranath Tagore

This Is My Prayer To Thee, My Lord;

Strike, Strike at the root of Penury in my heart;

Give me the strength lightly to bear my joys and sorrows

Give me the strength to make my love fruitful in service

Give me the strength never to disown the poor or bend my knees before insolent might;

Give me the strength to raise my mind high above daily trifles

And give me the strength to surrender my strength to thy will with love.

26. இதுவே எனது பிரார்த்தனை

இறைவ! இதுவே எனது பிரார்த்தனை
எனது இதயத்தில் தரித்திரத்தின் ஆணிவேரை அடித்துப்
பெயர்த்து விடு
சக்தியை கொடு, இன்பத்தையும் துன்பத்தையும்
மிதமாகவே கொள்ள
சக்தியை கொடு, எனதன்பு சேவைகளில்
பலனளிக்கட்டும்
சக்தியை கொடு, ஏழைகளை வெறுத்து ஒதுக்காமல்
இருப்பதற்கு
இழிவான ஆதிக்கத்தின் முன் அடிபணியாமல்
இருப்பதற்கு
சக்தியை கொடு தினப்படி பூசல்களுக்கு மேலெழுந்து
எனது மனம் செயல்பட சக்தியைக் கொடு உன்
எண்ணத்திற்கிணங்க
இறைவ மிகுந்த அன்புடனே எனது சக்தியை
சமர்ப்பணம் செய்ய

ஆங்கிலத்தில் - ரபீந்திரநாத் தாகூர்

27. THE BROOK

- Alfred, Lord Tennyson

I come from haunts of coot and hern,
I make a sudden sally,
And sparkle out among the fern,
To bicker down a valley.

By thirty hills I hurry down,
Or slip between the ridges,
By twenty thorps, a little town,
And half a hundred bridges.

Till last by Philip's farm I flow
To join the brimming river,
For men may come and men may go,
But I go on forever.

I chatter over stony ways,
In little sharps and trebles,
I bubble into eddying bays,
I babble on the pebbles.

With many a curve my banks I fret
by many a field and fallow,
And many a fairy foreland set
With willow-weed and mallow.

I chatter, chatter, as I flow
To join the brimming river,
For men may come and men may go,
But I go on forever.

I wind about, and in and out,
with here a blossom sailing,
And here and there a lusty trout,
And here and there a grayling,

And here and there a foamy flake
Upon me, as I travel
With many a silver water-break
Above the golden gravel,

And draw them all along, and flow
To join the brimming river,
For men may come and men may go,
But I go on forever.

I steal by lawns and grassy plots,
I slide by hazel covers;
I move the sweet forget-me-nots
That grow for happy lovers.

I slip, I slide, I gloom, I glance,
Among my skimming swallows;
I make the netted sunbeam dance
Against my sandy shallows.

I murmur under moon and stars
In brambly wildernesses;
I linger by my shingly bars;
I loiter round my cresses;

And out again I curve and flow
To join the brimming river,
For men may come and men may go,
But I go on forever.

27. *சிற்றாறு*

நாரைகளும் பறவைகளும் புழங்கும்
கரையிலிருந்து கிளம்பும் நான்
திடிரென்றுப் பாய்ந்தெழுவேன்
பூண்டுகளுக்கிடையே பிரகாசித்த வண்ணம்
பாய்ந்தோடி வருவேன் பள்ளத்தாக்கில்

முப்பது பருவதங்களில் வழிந்தோடினேன்
மலை முகடுகளில் வழுக்கி வந்தேன்
இருபது கிராமங்கள் ஓர் சிறு நகரம்
அரை நூறு பாலங்கள் அனைத்தும் கடந்தேன்

இறுதியில் வழிந்தேன் ∴பிலிப்பின் தோட்டம் வழியே
பேராறொன்றுடன் சேருவதற்காக
வருவார் போவார் மந்தரெல்லாம், நானோ
வற்றாது போவேன் எப்போதும் நிற்காது போவேன்

கல் நிறை பாதையில் அரட்டை அடித்து
வல்லொலி எழுப்பி சிறு சலசலப்பும் செய்து
வளைகுடாக்களில் நுரைத்து சுழல்வேன்
கூழாங்கற்களுடன் நன்கு மொழிவேன்

கரைகளின் நெளிவுகளால் சிரமமுறுகிறேன்
விளைநிலமும் தரிசும் கூட
கலையழகு மிகு கனவு நிலம் போல
அலைபாயும் அலரியும் விழலும் தளிர்தண்டு செடியும்
கூட

நான் ஆர்ப்பரித்து ஆர்ப்பரித்து வழிகின்றேன்
தளும்பும் பேராறுடன் இணைந்திடவே
வருவார் போவார் மந்தரெல்லாம், நானோ
வற்றாது போவேன் என்றும் நிற்காது போவேன்

சுழலுவேன் சூழுவேன் உள்ளும் வெளியாக
நிழற்தருவின் பூக்களும் என்மேல் அலர்ந்தாடுமே
இங்கங்காகுமாக ஆசையில் கயல்கள் குதித்தாடுமே
இங்கொன்று அங்கொன்றுமாக விண்மீன்கள் நீந்திடுமே

புல்நிலமும் பசுமையும் பக்கத்தில் மெதுவாக
போவேனே
கபில நிறச் செடியினூடே வழிந்து போவேனே
நீலமலர்கள் மறவாதே என்னை என்பதாக
உவப்புடன் காதலர்களுக்குப் பூத்துக் குலுங்குமே

வழுக்குவேன் வழிந்திடுவேன் மந்தாரமாக
நோக்கிடுவேன்
என் சருமம் தொட்டோடும் தூக்கணாங்களுக்கிடையே
வான்வெயிலை வலை போலப் பின்னி ஆடவைப்பேன்
மணல் நிறைந்த எனது கரைகளின் மேல்

விண்ணிலவும் மீன்களும் மின்ன, கீழே நான்
முணுமுணுப்பேன்
முட்புதர்கள் நிறை புறம்போக்கினில்
கூரைபோல் குவிந்து நிற்க அவை ஊடே உலவி
வருவேன்
கீரைகளுக்கிடையே திரிந்திருப்பேன்

வெளிவந்து மீண்டும் வளைந்து வழிந்திடுவேன்
தளும்பும் பேராறுடன் இணைந்திடவே
வருவார் போவார் மாந்தரெல்லாம், நானோ
வற்றாது போவேன் நிரந்தரமாய் நிற்காது போவேன்!

ஆங்கிலத்தில் - ஆல்ஃப்ரெட்டு லார்ட் டென்னிசன்

28. THE MOTHERLAND

- Rabindranath Tagore

Blessed am I that I am born to this
land and that I had the luck To love her

What care I if queenly treasure is not
in her store but precious enough is
for me the living wealth of her love.

The best gift of fragrance to my heart
is from her own flowers and I know
not where else shines the moon that can
flood my Being with such loveliness.

The first light revealed to my eyes was
from her own sky and let the same
light kiss them before they are
closed for ever.

28. தாய் மண்

இந்த மண்ணில் பிறந்தது எனது புண்ணியம்
அவளை நேசிக்கும் நல்லுள்ளம் எனக்கு
நல்ல வேளையாகக் கிட்டியது
இராணியின் பொக்கிஷமெல்லாம் அவளிடம்
இல்லாமல் போனாலும் கவலையில்லை
உயிருடன் உள்ள பொக்கிஷம் அவளது அன்பு எனக்கு
போதும்

அவளின் சொந்தப் பூக்களின் மகரந்த மணமே
எனது இதயத்தின் பரிசு
இவ்வளவு அழகாக, அவளை அல்லாது
எந்த நிலவு என் மேல் ஒளி பொழியக் கூடும்?
அவளின் சொந்த ஆகாயத்திலிருந்தான்
நான் கண் திறக்க அதனில் முதல் ஒளியாக பார்த்தது
அதே ஒளிக் கிரணம் அக்கண்களைக் கடைசியாக
முத்தமிடட்டும்
அவை நிரந்தரமாக மூடும் முன்னால்!!

ஆங்கிலத்தில் - ரபீந்திரநாத் தாகூர்

29. I LOVE ALL BEAUTEOUS THINGS

- Robert Bridges

I love all beauteous things,
I seek and adore them;
God hath no better praise,
And man in his hasty days
Is honoured for them.

I too will something make
And joy in the making;
Altho' to-morrow it seem
Like the empty words of a dream
Remembered on waking.

29. அழகெல்லாம் நான் காதலிப்பவன்

அழகெல்லாம் நான் ரசிப்பவன்
பார்த்து பார்த்து பரவசப்படுபவன்
ஊழிமுதல்வனுக்கு இதனினும் புகழில்லை, எனினும்
அவசர கதியிலாடும் மனிதனுக்குப்
போகின்றது இந்தப் புகழெல்லாம்

நானும்தான் ஏதேனும் செய்வேன்
அதைச் செய்வதில் மகிழ்ச்சி கொள்வேன்
நாளையோ இங்கு பார்ப்பதற்கு
வெற்று சொல் கனவு போலுள்ளது
விழித்ததும் அதை நினைப்பதற்கு

ஆங்கிலத்தில் - ராபர்ட் பிரட்ஜஸ்

30. ROLL ON, THOU DARK BLUE OCEAN

- Lord Byron

Roll on, thou deep and dark blue Ocean--roll!
Ten thousand fleets sweep over thee in vain;
Man marks the earth with ruin--his control
Stops with the shore; --upon the watery plain
The wrecks are all thy deed, nor doth remain
A shadow of man's ravage, save his own,
When for a moment, like a drop of rain,
He sinks into thy depths with bubbling groan,
Without a grave, unknell'd, uncoffin'd, and unknown.

And I have loved thee, Ocean! and my joy
Of youthful sports was on thy breast to be
Borne, like thy bubbles, onward; from a boy
I wanton'd with thy breakers, —they to me
Were a delight; and if the freshening sea
Made them a terror, 't was a pleasing fear;
For I was as it were a child of thee,
And trusted to thy billows far and near,
And laid my hand upon thy mane, —as I do here.

30. உருண்டு செல் கருநீல பெருங்கடலே

உருண்டு செல் ஆழங்கொண்ட கருநீலப் பெருங்கடலே -
உருண்டு செல்!
பத்தாயிரம் கடற்படைக்கு உன்மேல் கடந்தும்
பயனில்லை
மனிதன் பூமியை தன் அழிவால் குறியிடுகின்றான் -
அவன் கட்டுப்பாடு
கரையோடு நின்று விடும் - நீள் நீரின் பெருவெளியில்
சிதைவெல்லாம் உன் செயலே, வேறேதும் மீதமில்லை
நிழலாடியது மனிதனை சூறையாடியது மட்டும்,
அவனது அழிவு மட்டும்
அப்போது ஓர் கணத்தில் மழையின் ஒரு துளி போல
மூழ்கினான் உன் மடிதனுக்கே குமுழிகளின்
முனகலோடு
கல்லறை ஏதுமற்று இறுதிக்கு மண்டியிட யாருமற்று
சவப்பெட்டியுமற்று அறியாமல் முகவரியற்று

உன்னை நான் காதலித்தேன் பெருங்கடலே! எனது
இன்ப மகிழ்ச்சியே
இளமை விளையாட்டுக்கள் உனது மார்பின் மேல்
நிகழ்ந்தன
ஏந்தியே உனது குமிழிகளைப் போல, மேலே உனது
பிள்ளையாக
உனது தடுக்கும் திரைகளை விரும்பினேன் - அவைகளோ
எனக்கு
ஓர் பரவசம் அந்தப் புத்துணர்வு தரும் கடலில்
அஞ்சத்தக அவை செய்தால் அந்த அச்சம் மிகவும்
இனிமையானது

ஏனெனில் நான் அவையுள் உனது பிள்ளையாகத்
திகழ்ந்தேன்
தொலைவிலும் அருகிலும் உனது அறைதலை மிகவும்
நம்பினேன்
எனது கரங்களால் உனது திரைக் கூந்தலை
வருடினேன் - இதோ இப்போது இங்கு செய்வது போல்

ஆங்கிலத்தில் - லார்டு பைரன்

31. ELUDED

- Charles Hanson Towne

Deep in the night I heard
The rain's mysterious word.
(It was as if an old love spoke, a dead love sobbed and
stirred).

Deep in the night the great voice of the rain
Called at my window-pane.
(A voice more sad shall nevermore sing at my heart
again).

O deep within the night, the last stars gone,
I heard the rain pass on.
(No lost love stepped within my room--only the pallid
dawn!)

31. பிடிபடாமல் போனது

இரவின் ஆழத்தினில் நான் கேட்டேன்
மழையின் மர்மமான மொழி
(பழைய காதல் பேசியது போல, இறந்துவிட்ட அன்பு
விசனமுற்று புலம்பி கிளர்ந்தது போல)

இரவின் ஆழத்தினில் மழையின் பெருங்குரல்
சாளரத்தின் ஆடியில் அடித்து என்னைக் கூப்பிட்டது
(துன்பமிகு குரலது எனது இதயத்தினில் இனி என்றுமது
பாடாது)

ஒ இரவின் ஆழத்துள் கடைசி விண்மீனும் போனது
மழையும் நகர்ந்து போனது
(தொலைந்த காதல் திரும்பவும் என் அறையுள்
வரவில்லை
- வெளியேறிய அந்தக் காலை தான் வந்தது!)

ஆங்கிலத்தில் - சார்லஸ் ஹான்சன் டவுன்

32. A LATE LARK TWITTERS FROM THE QUIET SKIES

- William Ernest Henley

The quiet skies:
And from the west,
Where the sun, his day's work ended,
Lingers as in content,
There falls on the old, gray city
An influence luminous and serene,
A shining peace.

The smoke ascends
In a rosy-and-golden haze. The spires
Shine and are changed. In the valley
Shadows rise. The lark sings on. The sun,
Closing his benediction,
Sinks, and the darkening air
Thrills with a sense of the triumphing night-
Night with her train of stars
And her great gift of sleep.

So be my passing!
My task accomplish'd and the long day done,

My wages taken, and in my heart
Some late lark singing,
Let me be gather'd to the quiet west,
The sundown splendid and serene,
Death.

32. வேளை கழிந்து வானம்பாடி மௌன வானில் கீச்சிட்டது

அமைதியான ஆகாயம்
அங்கு மேற்கிலிருந்து
சூரியன் தனது அன்றைய பணி நிறைவில்
திருப்தியாகத் திரிகின்றான்
அந்தப் பழைமை வாய்ந்த சாம்பற் நிற நகர் மேலே
அந்தி ஆதவனின் தாக்கத்தால் ஒளியும் ஓய்வும்
பிரகாசமான அமைதி

புகை மண்டலம் மேற்கிளம்பியது
இளம்சிவப்புடன் பொன் நிறத்தில் மூட்டமாக அந்தப்
புகைச் சிகரங்கள்
ஒளிர்ந்தன பின் மாறின. மலைச் சாரலில் அதனால்
நிழல்கள் எழும் வானம்பாடி இன்னமும் பாடியது
சூரியனோ தான் அருள்வதை அணைத்துவிட்டான்
மூழ்கினான் மேற்கில், காற்றிலும் கருமை நிறம் ஏறியது
பரவசப்பட்டது இரவு, வெற்றியின் வாசனை கண்டது
போல்

இரவு கவிழ்ந்தது தனது விண்மீன்கள் தொடர் சரமாக
மேலும் துயில் அவளது அருளாசி
ஆகையால் நான் இறுதியில் போவது அப்படியாக
இருக்கட்டும்
எனது பணி இங்கு ஈடேரியது. நீளமான நாளும் முடிந்தது
எனது ஊதியமும் கிடைத்துவிட்டது, எனது இதயத்திலோ
தாமதமாக வந்த வானம்பாடி ஒன்று பாடியது

என்னைச் சேகரித்து எடுத்துச் செல்லுங்கள்
அமைதியான மேற்கில்
அந்தி சாய்ந்த வானம் அதன் அழகும் அமைதியும்
இயற்கை எய்தல்!

ஆங்கிலத்தில் - வில்லியம் எர்னஸ்ட் ஹென்லே

33. A VOICE AT MORNING

- Charles Hanson Towne

Beyond the great frontiers of dawn
I heard the singing of a bird
O fluted eloquence! O word
That from the harps of heaven was drawn!

What rapture to the gates of light
You brought when the last stars grew pale
Were you a lonely nightingale
Blown down the windy wastes of white?

Or were you some ecstatic dream
A child had dreamed and cast aside?
You floated on the ethers tide,
As bubbles float upon or stream

You reached my heart atlast. You bore
A message from the distant spheres
You were a silver sound like tears
Shed by the saints, or sad Lenore

You were the gospel of the day,
The frozen wonder of the dawn
O lovely bird, sing on, sing on!...
Alas! all beauty fades away

33. *காலையில் ஒரு குரல்*

உதயத்தின் எல்லைகளுக்கு அப்பால்
பறவை ஒன்று பாடுதல் கேட்டேன்
புல்லாங்குழலின் இனிமை! ஓ சொல்லோ
சொர்க்கத்தின் யாழிலிருந்து தெரிவு செய்ததோ

ஒளியின் கதவுகளில் என்ன பேரானந்தம்
தந்தாய் நீ, கடைசி தாரகை தன் ஒளி இழக்கும் வேளை

நீ தனிமையிலிருக்கும் இராப்பாடியா
வெண்மைக் கழிவாக காற்றால் வீசப்பட்டாயா?

இல்லையேல் நீ பரவசமானக் கனவா
குழந்தை ஒன்று கண்டுவிட்டு பக்கத்தில்
கிடத்திவிட்டதா
வளியின் அலையில் மிதந்து வந்தாய்
தெளிநீர் சுனையில் குமிழிகள் போல

இறுதியில் எனது இதயம் அடைந்தாய்
வெவ்வேறு கோளங்களின் செய்தி தந்தாய்
நீ ஒரு வெள்ளி ஒலி கண்ணீரைப் போல
புனிதர்கள் சிந்தியதோ அல்லது "லெனோரே"
கவிதையின் துயரமோ

நாளின் நற்செய்தியாகத் திகழ்ந்தாய்
உதய காலத்தின் உறைந்த பிரமிப்பே
அழகிய புள்ளே! பாடு பாடிக்கொண்டிரு!
அந்தோ! எல்லா அழகும் மறைந்து விடுமே

ஆங்கிலத்தில் - சார்லஸ் ஹான்சன் டவுன்

34. BEYOND THE STARS

- Charles Hanson Towne

Three days I heard them grieve when I lay dead,
(It was so strange to me that they should weep!)
Tall candles burned about me in the dark,
And a great crucifix was on my breast,
And a great silence filled the lonesome room.

I heard one whisper, "Lo! the dawn is breaking,
And he has lost the wonder of the day."
Another came whom I had loved on earth,
And kissed my brow and brushed my dampened hair.
Softly she spoke: "Oh that he should not see
The April that his spirit bathed in! Birds
Are singing in the orchard, and the grass
That soon will cover him is growing green.
The daisies whiten on the emerald hills,
And the immortal magic that he loved
Wakens again—and he has fallen asleep."
Another said: "Last night I saw the moon
Like a tremendous lantern shine in heaven,
And I could only think of him-and sob.
For I remembered evenings wonderful

When he was faint with Life's sad loveliness,
And watched the silver ribbons wandering far
Along the shore, and out upon the sea.
Oh, I remembered how he loved the world,
The sighing ocean and the flaming stars,

The everlasting glamour God has given—
-His tapestries that wrap the earth's wide room.
I minded me of mornings filled with rain
When he would sit and listen to the sound
As if it were lost music from the spheres.
He loved the crocus and the hawthorn-hedge,
He loved the shining gold of buttercups,
And the low droning of the drowsy bees
That boomed across the meadows. He was glad
At dawn or sundown; glad when Autumn came
With her worn livery and scarlet crown,
And glad when Winter rocked the earth to rest.
Strange that he sleeps today when Life is young,
And the wild banners of the Spring are blowing
With green inscriptions of the old delight."

I heard them whisper in the quiet room.
I longed to open then my sealed eyes,
And tell them of the glory that was mine.
There was no darkness where my spirit flew,

There was no night beyond the teeming world.
Their April was like winter where I roamed;
Their flowers were like stones where now I fared.
Earth's day! it was as if I had not known
What sunlight meant! . . Yea, even as they grieved
For all that I had lost in their pale place,
I swung beyond the borders of the sky,
And floated through the clouds, myself the air,

Myself the ether, yet a matchless being
Whom God had snatched from penury and pain
To draw across the barricades of heaven.
I clomb beyond the sun, beyond the moon;
In flight on flight I touched the highest star;
I plunged to regions where the Spring is born,
Myself (I asked not how) the April wind,
Myself the elements that are of God.
Up flowery stairways of eternity
I whirled in wonder and untrammeled joy,
An atom, yet a portion of His dream—
His dream that knows no end. . . .
I was the rain,
I was the dawn, I was the purple east,
I was the moonlight on enchanted nights,
(Yet time was lost to me); I was a flower
For one to pluck who loved me; I was bliss,

And rapture, splendid moments of delight;

And I was prayer, and solitude, and hope;

And always, always, always I was love.

I tore asunder flimsy doors of time,

And through the windows of my soul's new sight

I saw beyond the ultimate bounds of space.

I was all things that I had loved on earth—

The very moonbeam in that quiet room,

The very sunlight one had dreamed I lost,

The soul of the returning April grass,

The spirit of the evening and the dawn,

The perfume in unnumbered hawthorn-blooms.

There was no shadow on my perfect peace,

No knowledge that was hidden from my heart.

I learned what music meant; I read the years;

I found where rainbows hide, where tears begin;

I trod the precincts of things yet unborn.

Yea, while I found all wisdom (being dead),

They grieved for me. . I should have grieved for them!

34. *நட்சத்திரங்களுக்கு அப்பால்*

மூன்று நாட்களாக இறந்துகிடந்த என்னைச் சுற்றி
அவர்கள் சேர்ந்தழுததைக் கேட்டிருந்தேன்
(விசித்திரமாக உள்ளது எனக்கு, அவர்கள் விசும்புவது!)

ஆண்டவனின் சின்னமொன்று மார்புதனை
அணைத்திருந்தது
தனிமை அறைதனில் பேரமைதிப் படர்ந்திருந்தது

ஒருவர் முணுமுணுப்பதைக் கேட்டேன்
"இதோ விடியல் வருகின்றது இவனோ பகலின்
அழகை தவறவிட்டான்"

மற்றோருவள் வந்தாள்
மண் மீது அவளிடம் அளப்பறிய அன்பு வைத்திருந்தேன்
எனது புருவத்தை முத்தமிட்டாள்
ஈர முடிதனை வாஞ்சையாகக் கோதினாள்
மெதுவாக மொழிந்தாள், "ஓ அந்த ஏப்ரலின்
எழிலில் அவனுள்ளம் நனையுமே, அதன் பொலிவை
அவன் காணா வண்ணம் ஆகிவிட்டதே!
தோப்பினில் புள்கள் பாடுகின்றன
இவனை மூடிடும் புற்களும் பசுமையாய் வளர்கின்றன
மரகத மலையில் டெய்சி மலர்கள் வெண்மையாகின
இறவாத புகழ் மந்திரமொன்று மீண்டும் விழிப்புற்றதே
ஆனால் அவனோ தூங்கிவிட்டான்"

வேறொருவள் கூறினாள் "நேற்றிரவு போற்றுதல்
நிலவை தீபக்கூடாகத் தொங்குவதை சொர்க்கத்தில்
கண்டேன். அப்போது அவன் நினைவு கூட - அழுதேன்

அழகிய அந்திசாயும் வேளைகள் நினைவில் நிழலாடின
வாழ்வியலின் இன்னல்களை அழகிய மென்மை எனக்
கொண்டான்

அந்த வெள்ளி நாடாக்களானத் திரைகளைத்
தொலைவில்
கரை தொடங்கிக் கடலெங்கும் கண்டான்
ஓ, நினைவுண்டு இந்நிலவுலகை எவ்வளவு நேசித்தான்
என்று
பெருமூச்சிரைத்தக் கடலையும் ஒளிரும் தாரகையும்
முடிவுறாத கடவுள் கொடுத்த அந்த கவர்ச்சியும்
அவனின் திரைச் சீலைகள் அண்டத்தின் அகண்ட
அறையைப் போர்த்தி மூடும்
கொட்டும் மழையால் நிரம்பிய காலைப் பொழுதுகள்
நினைவில் வந்தன
அவன் அமர்ந்த வண்ணம் அந்த மழை ஓசையைக்
கேட்டிருப்பான்
தொலைந்துவிட்ட தாளமொன்று கோள்களிலிருந்து
வந்துவிட்டார்ப் போல் ரசிப்பான்
குங்குமப் பூவும் மண்டிமுளைத்து பூத்துக்குலுங்கும்
ஹல்கார்ன் முட்புதர் மலர்களையும் அவனுக்குப்
பிடிக்கும்
மஞ்சள் நிற கிண்ணப் பூக்களின் மின்னும்
பொன்வண்ணத்தை மிகவும் நேசித்தான்
அவை மேல் ரீங்கரித்துப் பறந்த மதுமயக்கிலிருந்த
வண்டுகளையும் ரசித்தான்
அவை அந்த வெளிதனில் பரவசமாய் பறந்து திரிந்தன
காலை விடியலோ மாலை அந்தியோ எப்போதும்
மகிழ்ந்திருந்தான்
இலையுதிர் காலமோ தனது வாழ்வாதாரமாகும்
கருஞ்சிவப்புக் கிரீடத்தை அணிந்து வர அதிலும்
மகிழ்ந்தான் அதன் பின்னே உறைய வைக்கும்

குளிர் வந்து உலகையே உலுக்கி துயில வைத்ததையும்
கண்டு மகிழ்ந்தான்
வாழ்வும் இளமையாக உள்ள வேளையில்
வினோதமாக இவன் தூங்குகின்றானே!
வசந்தம் வருவதற்கான கூற்றுகள் காட்டினில்
பாதகைகள் பொருந்தி உள்ளது
அவற்றுள் அந்தப் பச்சை பாதிப்புகள் பழைய
மகிழ்ச்சியின் வெளிப்பாடுகள்"
இவையெல்லாம் அமைதியான அந்த அறையில்
மென்குரலில் முணுமுணுத்தது நன்கு கேட்டது
சவவடிவில் மூடிய கண்களைத் திறந்து
விழித்திட விழைவாக இருந்தது
எழுந்து எனது மகிமையை விளம்பிட விரும்பியது
எனது ஆவி போகுமிடத்தில் இருளென்பதே இல்லை
திரளும் இக்குவலயத்தைக் கடந்தால் இரவென்பதே
இல்லை
திரிந்து சென்ற இடங்களில் குதிர் காலம் போல ஏப்ரல்
மாதம் திகழ்ந்தது

நடந்து சென்ற இடங்களில் மலரெல்லாம் கற்களாக
உள்ளன
புவி நாள்! அதை நானும் அறியாதவன் போல்
உதயனின் ஒளி என்ன! .... ஆம், அவர்கள்
அழுதுகொண்டிருந்த வேளையில்
நான் தொலைத்ததென்னவோ அவர்தம் மங்கிய இடம்
தான்
வான்வெளியில் வரையறைகளைக் கடந்து சென்று
விட்டேன்

நானே காற்றாக மேகங்களில் மிதந்தேன்
நானே வளியாக தன்னிகரற்ற பிறப்பாக
என்னை இறைவன் பறித்தான் வறுமையும் வலியும்
போக
சொர்க்கத்தின் வேலிகளை தாண்டிச் சேர
கோதுகின்றேன் கதிரவனுக்கு குளிர்நிலவுக்கும் அப்பால்
பறந்து கொண்டே உயர்த்தாரகையைத் தொடுகின்றேன்
வசந்தம் பிறக்குமிடங்களில் பாய்ந்தேன்
நானே (எவ்வாறென கேட்காது) ஏப்ரலின் காற்று
நானே படைப்பேன் படைத்த பூதங்கள்
முடிவில்லா நிலைக்கு ஏறும் முல்லைச்சர
படிக்கட்டுகள்
அதிசயத்தில் சுழன்றேன் தடையற்ற களிப்பில்
ஒரணு இருப்பினும் இறைக்கனவின் ஒருபகுதி
அவன் கனவு அந்திமமற்றது ... நான் மழை
நானே விடியல், கீழ்திசையின் ஊதா
நானே நிலவொளி இரவுகளின் மயக்கம்
(இருப்பினும் எனது காலம் தொலைந்தது)
நானொரு பூ அன்புற்றவன் என்னைப் பறிப்பதற்காக
நானே பேரானந்தப் பெருமகிழ்ச்சி பரவசத்தின்
அற்புதமானத் தருணங்கள்
நானே பிரார்த்தனை தனிமையின்
நம்பிக்கையின் செழுமை
மேலும் நானே எப்போதுமே அன்பு
காலத்தின் மெலிந்த கடவுகளைத் துகள்களாகக்
கிழித்தெறிந்தேன்
எனது இதய சாளரத்தின் வழியே ஆன்மாவின்
பொழியும் புது பார்வையால் வெளியின் இறுதித்
தளைகளை கடந்து கண்டேன்
நானே, புவிமேல் நான் நேசித்தவை யாவும் -
நானே, அந்த அமைதி அறையில் விழுந்த நிலவின்

ஒளிக்கட்டு
நானே, கதிரொளி. நானதைத் தொலைத்தேனெனக்
கனவினார்
நானே, ஏப்ரலில் திரும்ப முளைக்க வரும் புற்களின் புது
ஆன்மா
அந்தி பொழுதுக்கும் வைகறை வியலுக்குமுள்ள
மனநிலை
பன்னூறு ஹாவ்தார்ன் மலரெடுத்த நறுமணத்திரவம்
எனது நேர்த்தியான அமைதியின் மேல் நிழல்
மறைவில்லை
அறிவுற்றவை யாவும் எனது இதயத்தில்
ஒளிவு மறைவில்லை
இசையின் உண்மைப் பொருள் கற்றேன்
வருடங்களை படித்தேன்
வானவில் ஒளியும் இடத்தை அறிந்தேன்
கண்ணீரின் ஆரம்பம் தெரிந்தேன்
பிறவா பொருட்களின் வளாகங்களில் உலா வந்தேன்
ஆம், எல்லா ஞானமும் கண்டேன் (இறந்த பின்னால்
இவரோ என்பொருட்டு வருந்தினார் ...
நானல்லவோ இவர் பொருட்டு அழவேண்டும் !!....

ஆங்கிலத்தில் - சார்லஸ் ஹான்சன் டவுன்

35. A DISTANT SPRING

- Charles Hanson Towne

I who love the Spring so well
Shall be sleeping, some glad day,
When her hosts come back to dwell
In their old, familiar way.

I shall live, alas! no more
In some distant April hour,
When the Spring finds wide her door,
Calling leaf, and bloom, and flower.

I shall sleep--but I shall dream
In my home beneath the ground,
And my slumbering heart shall teem
With its visions deep, profound.

I shall know, ere you will guess
(Though with life I have no part),
What new golden loveliness
Stirs within the old earth's heart.

I shall hear the first soft sound
When the Spring is born anew,

And rejoice, beneath the ground,
At the bliss to come to you.

And the dreams that I shall dream,
In that Spring when I am dead,
May arise until they seem
Blossoms white and blossoms red!

35. ஒரு தூரத்து வசந்தம்

நான் வசந்தத்தை மிக நேசிப்பவன்
தூங்கிவிடுவேன் மகிழ்ச்சி திருநாளொன்றில்
அவளின் கூட்டத்தார் திரும்பி வருவர்
அறிந்திருக்கும் பழம் வழிகளில் வாழ்வதற்கு

நானோ, அந்தோ! இனி வாழமாட்டேன்
தூரத்தில் ஏப்ரலில் கால நேரத்தில்
வசந்தம் தன் வாசலை வீசித் திறந்த அந்த நேரம்
தளிரும் அலரும் மலரும் அழைத்த அந்த நேரம்

நானோ துயிலுவேன் எனினும் கனவுவேன்
எனது இல்லில் மறைந்து மண்ணில்
எனது துயின்ற இதயத்தில் திரளும்
அந்த ஆழ் நோக்கங்களின் தீர்க்கம்

நீ யூகிக்கும் முன் நானறிந்திடுவேன்
(வாழ்வுடன் என் பங்கேதுமில்லை எனினும்)
புதுப் பொற்பொலிவு பேரழகு
பழம்பெரும் பூமியில் இதயத்தில் கிளர்வது

முதன் மென்னொலியைக் கேட்டிடுவேன்
வசந்தம் புதிதாகப் பிறக்கும் நேரம்
மண்ணடியில் மகிழ்ந்திருப்பேன்
உனைச் சேரும் பரவசத்தில்

நான் கனவும் கனவுகள்
வசந்தத்தில் நான் மறைந்த நேரம்
எழும்பி வரலாம் காண்பதற்கு
வெண்மையாகவும் செம்மையாகவும் அலர்ந்திடலாம்!

ஆங்கிலத்தில் - சார்லஸ் ஹான்சன் டவுன்

36. PEACE

- Charles Hanson Towne

There is a rumor of eternal peace;
The wonderful wild news sweeps through the world
That nevermore loud drums shall beat alarms
Or bugles blow the awful songs of war
There shall be silence where the sabers clashed
And utter- calm where once the cannon roared;

The Lord's green fields shall not be wet with blood
But white with innocent daisies in the spring;
And where the crashing cavalry once plunged
Our hearts shall hear the lyrics of the birds
When soft May mornings break in years to be

No more shall men of alien races march
With fiery hearts and madness in their eyes
To crush their weaker brothers "neath their heel;
Nor women wait through aching days of grief
Through pitiless hours of barren loneliness
For husbands and young sons to come back home
No more shall children stir in long nights,
Dreaming of absent fathers; and no more

Shall faithful hounds whine at bleak thresholds, sick
For one whose feet fled when the trumpets called
White peace, the whisper runs, shall wrap the earth
And hushed all the thundering cannonade

Wise men have dreamed this dream; and I have dared
To dream in every hour of the years
When I have stood high on some starlit hill,
And watched the moon go her great silver way
In silence that was deeper than the heavens

When I have seen the majesty of night,
And in my contemplation learned that life
Was but a thread on Time's immortal loom,
(My life the least of all), and nations less
Than ribbons that are fashioned at the last
In one divine amazing sumptuous plan
Then I have wondered at our boast and pride
And marvelled at the shallowness of kings
Their little countries in tempestuous strife
And break men's bodies and break women's hearts
Be swift, O laggard years, to bring that day
When Right shall be the master of old Might,
And Love with her soft processes shall see
Her hour triumphant and her legions large
Tear down the bulwarks of incessant Hate;

And let pale Pity rise from the dull, dust,
Her unfamiliar eyes two flashing stars
Emerging from the shadows of the deep

But dream not there shall be eternal Peace,
Though, red battalions have been scattered far
And mighty armies lost like Autumn winds
Call in the iron navies of the world
And sink them in the ocean's monstrous heart
Sunday the bastions of the universe
The watchful forts that face the open sea;
Still we shall hear the rumors of great wars
And see the smoke of conflict; we shall know
The old, old battle of the rich and poor
The poor with watch-fires in the engine room
And regiments of children in the mills
The rich with beam lights upon their hearths
And golden domes their perfumed tents at night
But when wild Winter bares her icy sword
One army shall remember Valley forge,
And tremble at the menace of the days;
One army shall meet endless waterloos
In the long line of years that sing defeat,
And in their tattered uniforms march on,
Till Death, the last Commander, bids them halt.
There shall be desolation in the eyes,

And sorrow where they pitch their city camps;
And rags shall be the emblem of their cause
And banners that reveal their very shame
Dream not peace eternal till there comes
Some hour supreme when these two hosts shall meet
In a great whirlwind of high brotherhood!

36. அமைதி

நிரந்தர அமைதி என்றொரு வதந்தி பரவுகின்றது
அந்த அற்புதச் செய்தி அரண்யத் தீ போல
அவனி முழுவதும் பரவியது

பேரொலி கொட்டும் பேரிகையும் கொம்பும் இனி
அபாய ஒலி எழுப்பாதெனவும்
வாட்களின் ஒலி கேட்ட இடங்களில் இனி
ஓசையின்றி நிசப்தம் நிலவும் எனவும்
பீரங்கிகள் முழங்கிய இடங்களில் இனி
அமானுஷ்ய அமைதி நிலவும் எனவும்
படைத்தானின் பச்சைப்பெரு நிலமெல்லாம் இனி
படைகளிட்டக் குருதியால் கறை படியாதெனவும்
எளிமையும் வெண்மையும் கொண்ட டெய்ஸீக்கள்
தளிர் வசந்தத்தில் அலர்ந்திருக்கும் எனவும்
புரவிப்படைப் புழுதியைக் கிளப்பிய வெளிகளில் இனி
புள்களின் பாடலே நம் இதயம் கேட்கும் எனவும்
மே மாதங்களில் காலைகள் மென்மையாக விடியும்
இனிவரும் வருடங்களில்

எரியும் இதயத்துடனும் பித்து பிடித்தப் பார்வையுடனும்
மாற்றானின் இனக் கூட்டம் இனி இங்கு அணிவகுத்து
வாராது
இளைத்த சோதரரை இடித்து மிதித்து அழிப்பதற்கு
கணவரை எதிர்நோக்கிக் காரிகைகள்
ரணம் கொண்ட நாட்களில் இனி வருந்தி நிற்க வேண்டாம்
கருணையற்ற காலத்தின் வேற்றுத் தனிமையில்
கணவரும் இளம் காளைப் பிள்ளைகளும் இல்லந்திரும்ப
எதிர்நோக்கி நிற்க வேண்டாம்

பச்சிளம் பிள்ளைகள் பாதி இரவினில்
போன தந்தை வரவில்லையே எனக் கனவுகண்டு
பதற்றமுற்று விழித்தெழத் தேவை இல்லை
பழக்கப்பட்ட வேட்டை நாய்கள் இனி காரிருள் கதவை
நோக்கிச் சிணுங்கத் தேவையில்லை

எக்காளம் ஒலித்தபோதெல்லாம் அந்தக் கதவின்
ஓடி ஓடி சலித்துவிட்டனவே கால்கள்

வெண்ணமைதி அது முணுமுணுத்தோடுகின்றது
வையம் முழுவதும் அது போர்த்தி மூடிவிடும்
வெடித்துச் சிதறடித்த பீரங்கிகள் இனி வாய்மூடி
அமைந்துவிடும்

அறிவார்ந்தப் பெரியோரெல்லாம் இந்தக் கனவை
கண்டனர்
நானும் தான் துணிந்தேன் ஆண்டின் ஒவ்வொரு
மணிநேரத்திலும் இந்தக் கனவைக் காண
தாரகையால் ஒளிரப்பெற்ற குன்றின்மேல்
நின்றிருக்கையில்
வெண்ணிலவு தன வெள்ளி வழியில் போவதைப்
பார்த்திருந்தேன்
அந்த அமைதியின் ஆழம் வானுலகிலும் நெடிது
இரவின் கம்பீரத்தைப் பார்க்கையில்
எனது சிந்தனையில் உணர்ந்து கொண்டேன்
வாழ்க்கை என்பது காலத்தின் இறவாத தறியில்
நெசவுறும் ஒரு நூல்
(என் வாழ்வு அதனில் கடைக்கோடி)
அதனில் நாடுகள் நாடாக்களிலும் சிறிதாகக்
கடைசியில் நெய்யப் பெற்றது
ஒரு மாபெரும் வியப்பூட்டும் அந்த தெய்வீகத்தின்

கோட்பாட்டில் இடம் பெற்றது
நானோ இங்குள்ள நம் பெருமைப்பாடலூம் செருக்கும்
ஆணவமும் கண்டு வியந்தேன்
அறிவாழமற்ற அரசர்களைக் கண்டு ஆச்சர்யபட்டேன்
வழி நடத்துகிறேன் பேர்வழி எனக் கிளம்பும்
மாந்தரின் பேதைமையைப் பார்க்கிறேன்
தங்களின் சிற்றூர்களைச் சீர்குலைக்கும்
போர்களில் அழைத்து செல்லும் பாங்கினைப்
பார்க்கின்றேன்

அங்கே மைந்தரின் உடல் உடைந்து மங்கையரின்
உள்ளம் உடைத்து போடுகின்றார்
பின் தங்கிவிட்ட வருடங்களே சடுதியில்
அந்த நாளைக் கொண்டு வாருங்கள்
எப்போது சரியானதே பழம் வலிமையின்
தலைமைக்கொள்கின்றதோ அப்போது
அன்பே தனது மென் விழிகளால் தன் காலம்
வெல்வதைப் பார்த்திருப்பாள்
தனது படையணி பெருகி நிற்பதை கொண்டிருப்பாள்
தீராத வெறுப்பெனும் அரண்களைத் தகர்த்தெறி
மங்கிய தூசியிலிருந்து வெளிர்ந்த இரக்கம் எழட்டும்
அவளது பழக்கமுறாத கண்கள் தாரகைப் போல்
ஒளிரட்டும்
ஆழ் நிழல்களின் இருளிலிருந்து கிளர்ந்தெழுதல் போல்
ஆனால் கனவாதே நிரந்தர அமைதியொன்று
இருக்குமென்று
செம் பட்டாளங்கள் தொலைவினில் சிதறி இருக்கின்றன
வலிமைச் சேனைகள் இலையுதிர் காலத்து காற்று
போல் தொலைந்து கிடந்தன
உலகத்து இரும்புக் கடற்படைகளைக் கூப்பிடு

அவற்றை கொண்டு சாகாரத்தின் மார்பாகத்தில்
மூழ்கிவிடு
குவலயத்துள் கோட்டைதனைத் தகர்த்தெறிந்து விடு
வெளிபோன்ற கடல் மீது இமையாது நோக்குமந்த
அரண்களை அறவே அழித்துவிடு
இருப்பினும் பெரும் போரின் வதந்திகளை கேட்போம்
கருத்து வேறுபாட்டின் மோதல் புகைவதைப் பார்ப்போம்
அந்தப் பழம் பெரும் போர் பணக்காரனுக்கு
ஏழைக்குமிடையே
பெரும் கப்பலின் இயக்கும் இயந்திர அறைதனில்
பாசறைத் தீயுடன் பார்த்திருப்பர் அந்த வறியவர்
பாசறைப் போன்ற இயக்கும் அறைதனில்
படைப்பிரிவு போல அவர்தம் பிள்ளைகள்
பணக்காரரோ தீப்பந்தம் எரிய தன்
கூடத்தில் உட்கார்ந்திருந்தனர்
பொன்செய் குவிமாடம் மணம் பரப்ப
இரவினில் கூடாரத்துள் அமைந்தனர்
ஆனால் கூதிர் காலத்தவள் தன் உறைந்தவாளை
உறையிலிருந்து உருவிய போது
பென்சில்வேனியா வில் ஜார்ஜ் வாஷிங்டன்
ஊனுடல் உறைந்து போக அமெரிக்கப் புரட்சியின் போது
"வேலி∴போர்ஜ்" ல் போராளிகளோடு
பரிதவித்த நாட்கள் நினைவுகூறும்
பயங்கரமான அந்த நாட்களை எண்ணி மிரண்டு போகும்
ஒரு படையின் நிலை இதுவாகின்
மற்றொரு படையோ
முடிவற்ற வாட்டர்லூக்களைக் காணும்
வருடங்களின் நீள் அணிவகுப்பில் தோல்வியைத்
துதிபாடும்
உருக்குலைந்து பியந்த சீருடையில் சீரணி நடைபோடும்
இறப்பு … அதுதானே இறுதி தளபதி

"இனி நில் "என அந்த தளபதி கூறும் வரை!
பாழடைந்ததே அவர் கண்களின் பார்வையாகும்
வீழ்ச்சியின் வருத்தமே ஊருள் அமைத்த
கூடாரங்களில் நிலவும்
கிழிந்த கந்தையே அவர்தம்
கொள்கையின் சின்னமாகும்
துயர்தரும் பதாகைகள் அவர்தம் அவமானத்தைப்
பறைசாற்றும்

நிரந்தர அமைதியை ஒரு நாளும் கனவாதே
உயர் காலம் ஒன்று வரும்வரை -
அப்போதிந்த இரு கூட்டத்தாரும்
சகோதரத்துவம் எனும் சூறாவளியில் சந்திப்பர்!

ஆங்கிலத்தில் - சார்லஸ் ஹான்சன் டவுன்

37. THE SONG OF THE SEA WIND

- Henry Austin Dobson

How it sings, sings, sings,
Blowing sharply from the sea-line,
With an edge of salt that stings;
How it laughs aloud, and passes,
As it cuts the close cliff-grasses;
How it sings again, and whistles
As it shakes the stout sea-thistles —
How it sings!

How it shrieks, shrieks, shrieks,
In the crannies of the headland,
In the gashes of the creeks;
How it shrieks once more, and catches
Up the yellow foam in patches;
How it whirls it out and over
To the corn-field and the clover —
How it shrieks!

How it roars, roars, roars,
In the iron under-caverns,
In the hollows of the shores;

How it roars anew, and thunders,
As the strong hull splits and sunders:
And the spent ship, tempest-driven,
On the reef lies rent and riven —
How it roars!

How it wails, wails, wails,
In the tangle of the wreckage,
In the flapping of the sails;
How it sobs away, subsiding,
Like a tired child after chiding;
And across the ground-swell rolling,
You can hear the bell-buoy tolling —
How it wails!

37. கடற்காற்றின் கீதம்

எப்படிப் பாடுகின்றது பாடலொன்றுப் பாடுகின்றது
கரையோரமாகக் கூர்மையுடன் வீசுகின்றது
அதனோரத்தில் உப்புக் கரிக்கின்றது
எப்படிச் சிரிக்கிறது கடந்திங்கு போகையில்
செங்குத்துப் பாறையிடைப் புற்களைக் கிழித்துச்
செல்கின்றது
மீண்டும் பாடுகின்றது ஊளைக் குரலொன்றில்
ஊதுகின்றது
கடற்கரை கோரைப் புற்களை அசைத்து ஆட்டுகின்றது
அப்படிப் பாடுகின்றது!

எப்படி கீச்சிடக் கத்துகின்றது, கீச்சிடக் கத்துகின்றது
தலைப்பட்ட நிலப்பரப்பில் இடைப்படு குறுகல்களில்
குடாக்களின் வெடிப்புகளில்
மீண்டும் கீச்சிட்டுப் பிடித்தது
பழுப்புத் திரை நுரையின் திட்டுகளில்
எப்படிச் சுழன்றதை இழுக்கிறது
சோளக் காட்டிலும் குளோவர் செடிகளிலும்
எப்படிக் கீச்சிடுகின்றது!

எப்படி கர்ஜிக்கின்றது கிளர்ந்து கர்ஜிக்கின்றது
இரும்பு நிகர் குகையுள் நுழைந்து
கரை வழியின் சிறு குழிகளில் விழுந்து
புத்துணர்வாய் கர்ஜித்தே இடிபோல் வெடிக்கின்றது
திடக்கப்பலின் மேலடுக்கை உடைத்துத் துகளாக்கியது
வீணடிக்கப்பட்டுப் படகு புயலால் தள்ளப்படுகின்றது
ஓரத்தில் நாணற் புற்களிடையே உருக்குலையக்
கிடக்கின்றது
எப்படி கர்ஜிக்கின்றது!!

எப்படி ஓலமிடுகின்றது ஒவ்வாமல் ஓலமிடுகின்றது
உடைபாடுகள் இடிபாடுகள் இடையே சிக்கி
படபடக்கும் பிய்ந்தப் பாய்மரத்திடையே
எப்படி அழுகின்றது விசும்பலாய் அமைகின்றது
வசப்பட்டக் குழந்தை ஓய்ந்ததுபோல்
நிலப்பரப்பில் உருண்டு பெருகியே
அந்த மிதவையின் மணியோசைக் கேட்கின்றது
எப்படி ஓலமிடுகின்றது!!

ஆங்கிலத்தில் - ஆஸ்டின் டாப்ஸன்

38. THE NIGHTINGALE

- Charlotte Druitt Cole

There lived a Chinese Emperor

(Oh, very long ago!)

In a palace built of porcelain

As white as driven snow;

And on its walls were painted,

In colours bright and gay,

Rare birds that never sang a song

And never flew away!

But past the royal gardens,

In a forest by the sea,

There dwelt a little Nightingle,

Which sang delightfully.

'What is this bird?' the Emperor cried,

'That causes such a fuss?

Command it to appear at court

And sing its song to us!'

And when the little Nightingale

Sang from a golden perch,

The courtiers listened silently,

As if they were in church;
And down their master's royal cheek
They watched a tear-drop fall;
And knew he wept for pure delight,
And not for grief at all.

The bird was made 'Court Chorister'
But might go home each day,
(Although they held it by a string,
Lest it should fly away).
One day the emperor received
A present from a King-
A clockwork bird. They wound it up.
And it would really sing.

Its outspread wings were made of gold,
Spangled with rubies red,
It wore a crown of diamonds
Upon its tiny head.
They wound it up, and wound it up
And listened night and day;
So the little living Nightingale.
Unnoticed, flew away.

And then one day the clockwork bird,
In the middle of a song,
Stopped all at once, and went whir-r-r!

Its clockwork had gone wrong!
And nobody could mend the thing,
However much they tried;
So in a cupboard, on a shelf,
The bird was laid aside.

Years passed; the Emperor fell ill,
And, as he tossed in pain,
Sighed, 'If my Nightingale would sing,
I should get well again.'
But all the doctors stood around
Shaking their heads in sorrow,
For they believed the Emperor
Would surely die tomorrow.

When it was whispered far and wide,
'The Emperor's very ill.'
The Nightingale heard too, and cried,
'I bear him no ill-will;
I'll go and sing my sweetest song
Upon his window-sill.'

And when the courtiers crept back
In fear, as day was dawning,
The emperor sat up in bed,
And wished them all 'Good Morning'.

38. இரவில் பாடும் புள்

சீன தேசத்து மன்னவன்
வெகு காலத்து முன்னமே வாழ்ந்தவன்
பீங்கானால் சமைத்தது அவன் மாளிகை
தாங்கியது வெண் பனியின் வண்ணம்
ஓங்கு சுவர் எல்லாமுமே
ஒப்பற்ற வண்ணங்களால் பூசப்பட்டது
அரிதானப் பறவைகள் பலதும்
பாடாமல் பறவாமல் அதனில் இருந்தன

அரசவைத் தோட்டத்துக்கு அப்பலாய்
கானகத்தில் கடலோரத்தினில்
ஒரு சிறு இரவில் பாடும் புள் வாழ்ந்தது
சாரீரத்தில் சுந்தரமாய் பாடி நின்றது

"என்ன பறவை அது?" வியப்புற்றான் மாமன்னன்
'எதனால் இத்தனை வம்பு
அரசவையில் தோன்றுமாறு கூறும்
அதன் பாடலை நம்முன் பாடக்கூறும்!"

இரவில் பாடும் அந்த சிறிய புள்
பொற்கம்பி மேலமர்ந்து அவையுள் பாடியது
அவையுள் அமர்ந்து அனைவரும் அமைதியாய்
கேட்டனர்
ஆலயத்துள் அமைதி காப்பது போல்
அத்தருணம் தங்களின் தலைவனின் கண்
பனித்து நீர் வழிதலைக் கண்டனர்
அந்த அழுகை வெறும் பரவசத்தாலன்றி
பரிதவிப்போ துக்கமோ கொண்டது அல்ல

அவையின் பாடற் புள்ளாக அறிவிக்கப்பட்டது
எனினும் தினமும் தன் கூட்டிற்குச் சென்று வரலாம்
ஆனால் நூலால் கட்டப்பட்டிருந்தது
வாராமல் பறந்துவிடக் கூடாது என்பதற்காக
ஒருநாள் பேரரசன் கொடுத்த பரிசு
கடிகார பறவையது முறுக்கிவிட்டால்
சுவையாக அது பாடியது

இறகுகளை விரித்தால் பொன்னாலானவை
பரவிய சிறகினில் மாணிக்க பரல்கள்
சிரசது சிறியது எனினும்
சொர்ண கிரீடம் சிங்காரித்தது
முறுக்கிவிட முறுக்கிவிட
இரவு பகலாகப் பாடியது
வாழ்ந்து கொண்டிருந்தப் பாடும் புள்ளோ
கவனிப்பாரற்று பறந்து போனது

ஆனால் ஒருநாள் கடிகார பறவை
பாடலொன்றுக்கு இடையே
நின்றுவிட்டது திடிரென்று "கிர்" என்று சத்தமிட்டது
கடிகாரத்தில் கோளாறு வந்துவிட்டது
யாராலும் சரிசெய்ய இயலாமல் போனது
ஆகையால் அது அலமாரியில் வைக்கப்பட்டது
கடிகாரப் பறவை அதனுள் அமைந்தது

வருடங்கள் ஓடியது அரசனுடல் குன்றியது
உடற் உபாதையால் உருண்டான் புரண்டான்
முடியாமல் முணுமுணுத்தான் "இரவுப் புள் பாடினால்
உடற்பிணி நீங்கும்" என்றே
மருத்துவரெல்லாம் சூழ நின்றனர்
மிக வருந்தியே தலையை ஆட்டினர்

அவரெல்லாம் நம்பினர்
அடுத்த நாள் அரசன் இறப்பான் என்று

கிசு கிசுத்தவாறே கதை பரவியது
அரசனின் உடல்நிலை மிக மோசமென்று
இரவில் பாடும் புள் இதனைக் கேள்வியுற்றது
"அரசிடம் எனக்கேதும் பேதமில்லையே
நான் சென்று பாடுவேன் எனது இனிய கானத்தை
அவரின் அந்தப்புர சாளரத்தில் அமர்ந்த வண்ணம்"

அவையோரெல்லாம் கூடினர்
அன்று விடியலில் பயந்தே ஏகினார்
அரசனோ மஞ்சத்தில் எழுந்தமர்ந்தான்
உற்சாகத்தில் அனைவருக்கும் வணக்கம் கூறினான்!!

ஆங்கிலத்தில் - சி. டி. கோல்

39. WOODMAN, SPARE THAT TREE!

- George Pope Morris

Woodman, spare that tree!
Touch not a single bough!
In youth it sheltered me,
And I'll protect it now.
'Twas my forefather's hand
That placed it near his cot;
There, woodman, let it stand,
Thy axe shall harm it not.

When but an idle boy,
I sought its grateful shade;
In all their gushing joy
Here, too, my sisters played.
My mother kissed me here;
My father pressed my hand--
Forgive this foolish tear,
But let that old oak stand.

My heart-strings round thee cling,

Close as thy bark, old friend!

Here shall the wild-bird sing,

And still thy branches bend.

Old tree! the storm still brave!

And, woodman, leave the spot;

While I've a hand to save,

thy axe shall harm it not.

39. விறகு வெட்டியே அந்த மரத்தை விட்டு விடு

விறகு வெட்டியே அந்த மரத்தை விட்டு விடு!
ஒரு கிளையும் அதனில் தொடாதே!
இளமையில் எனக்கது நிழல் தந்தது
இப்போது அதனைக் காப்பது எந்தன் கடமையானது
எமது முன்னோரின் கைவண்ணமிது
குடிலருகில் அதனை நட்டு வைத்தது
விறகுவெட்டியே அது அங்கேயே நிற்கட்டும்
உனது கோடரி அதனை குந்தகம் செய்யாது!
சோம்பிய சிறு பிள்ளையான பொழுது
அதனின் அருநிழலை நாடி நின்றேன்
பொங்கி வரும் பரவசத்தில்
எனது சோதரிகள் இங்கு விளையாடினர்
எனதன்னை அதனடியில் எனக்கு முத்தமிட்டார்
எனது தந்தை என் கையை பற்றினார்
பேதைமை அழுகை எனது, அதனை மன்னித்துவிடு
எனினும் அந்தப் பழம் பெரும் மரம் நிற்கட்டும் - மரமே
எனது இதய நாண்கள் உன்னைச் சுற்றிக்கொண்டன
உனது பட்டையை போல நெருக்கமாகின என் நண்பனே!

காட்டு பறவை வந்திங்கு பாடும்
உனது கிளையும் அதனில் வளையும்
பழம்பெரும் மரமே புயலையும் எதிர்த்து நின்றாய்
விறகுவெட்டியே இந்த இடத்தை விட்டு செல்
இதனைக் காக்க எனது கரமொன்று உள்ளது
உனது கோடரி அதனைக் குந்தகம் செய்யாது

ஆங்கிலத்தில் - ஜி. பி. மோரிஸ்

ஆசிரியர் பற்றிய குறிப்பு

தமிழ்த் துறையை சேராது தமிழ்வழி கல்வியும் பயிலாது முறையான தமிழ் தேர்ச்சி இன்றி ஆர்வம் ஒன்றே பற்றுக்கோடாக்கி தானே கற்றுப் பயின்று புலமை பெறுதல் என்பது இறை அருள்.

அந்த இறையருளை நிறையவே பெற்றிருக்கிறார் கிருஷ்ணபிரசாத். பிறவி பேறினும் தமிழைத் தாய்மொழியாய் பெற்றதே பெரும் பேறெனக் கருதி தனது தாயையும் தமிழையும் தரைதோய வணங்குபவர் கிருஷ்ணபிரசாத்.

இதுவரை பத்துக்கும் மேற்பட்ட புத்தகங்களை எழுதி பதித்துள்ளார். ஒவ்வொன்றும் நவமணியாய் தமிழன்னையை அலங்கரிப்பவை. தமிழ் கூறும் உலகே எழுந்திருந்து கவனிக்க வைத்த நூல்கள்.

அவை ...

1. திருக்குறள் - புதுக்கவிதை வடிவில்

திருக்குறளை அறியாதார் அரிது. திருக்குறளுக்கு பன்னெடுங்காலமாக உரை எழுதியோர் பலரும் உளர் எனினும் இன்றைய தலைமுறை அவசரகதியில் ஆர்ப்பரித்து வருவதால், அவர்களின் மனநிலைக்கேற்ப எளிய தமிழில் புதுக்கவிதை வடிவில் புனையப்பட்டது. நவமான இந்த முயற்சியைத் திருக்குறள் இதுவரை கண்டதில்லை எனலாம். 2014 ஆம் ஆண்டிற்கான சிறந்த நூல்களுக்கான பரிசை தமிழக அரசின் தமிழ் வளர்ச்சித் துறை இந்நூலிற்கு வழங்கியது.

2. பட்டினத்தார் பாடல்கள் - புதுக்கவிதை வடிவில்

சித்தர் இலக்கியத்தில் மிகவும் இன்றியமையாத இடம் வகிப்பது பட்டினத்தார் பாடல்கள். அவரின் யோக சூத்திரமும் மனதை செம்மைபடுத்து வழிமுறைகளையும் அவர் பாடிய பாடல்களில் கூறப்பட்டியிருக்கும் தலங்களின் வரலாறுகளும் அவரின் சரித்திரமும் அனைத்துமே புதுக்கவிதையாக படைக்கப்பட்ட பெருநூல்.

3. கலீல் ஜிப்ரனின் கவிதைகள்

உலகத்து சமயங்களில் தத்துவங்களை சாறு பிழிந்து உண்மையை விளக்கும் விதம் உள்ளங்கை நெல்லிக்கனி போல விளக்கும் விதம் கலீல் ஜிப்ரனின் சிறப்பு. அதுமட்டுமல்லாது வல்லரசு நாடுகள், ஏழ்மை நாடுகளை எவ்வாறு குருதியை உறிஞ்சி ஏமாற்றுகிறார்கள் என்பதையும் தெளிவாக தனக்கே உரிய பாணியில் கூறியுள்ளார். அன்னாரின் எழுத்துக்கள் சில பல தமிழில் வந்திருந்தாலும் முழுமையான ஒரு தொகுப்பு இல்லாமை என்பது நெடுநாள் நெருடல். அந்தக் குறை இப்படைப்பினால் நிவர்த்தியானது என்றே கூறலாம். இப்புத்தகம் பதிப்பித்த காலகட்டத்தில் (2014 ஆம் ஆண்டு) பெருத்த வரவேற்பைப் பெற்றது. நல்லி சின்னசாமி செட்டியார் அவர்களின் இலக்கிய அமைப்பு இந்நூலைச் சிறந்த மொழியாக்க நூல் எனத் தெரிவு செய்து கேடயமும் விருதும் வழங்கியது. ராஜபாளையத்தை சேர்ந்த மணிமேகலை மன்றம் இந்நூலை சிறந்த மொழியாக்க நூலாகத் தெரிவு செய்து ஆசிரியருக்கு "மொழியாக்க செம்மல்" எனும் சிறப்பு பட்டம் கொடுத்து கௌரவித்தது. சாத்தூரைச்

சேர்ந்த தமிழ்நாடு கலை இலக்கிய பெருமன்றம் இப்புத்தகத்திற்கு சிறந்த நூலுக்கான விருதை வழங்கியது.

சிகரத்திற்கு மகுடம் வைத்தாற்போல் இந்நூல் லெபனானில் உள்ள கலீல் ஜிப்ரனின் நினைவாலயம் அருங்காட்சியகத்திலுள்ள நூலகம் இரு பிரதிகளை சேர்த்துக்கொண்டது!

4. பேசும் தரு

ஆசிரியரின் தனிப்பட்ட கவிதைகளின் தொகுப்பு - யதார்த்தமான கவிதைகள் - சிந்தையை தூண்டவல்ல கவிதைகள், இனிமையான கவிதைகள். இக்கவிதைத் தொகுப்பை திருப்பூர் தமிழ் சங்கமும், சேலம் தமிழ் சங்கமும் சிறந்த நூலாக தேர்ந்தெடுத்து பரிசு வழங்கி பாராட்டின.

5. சித்திரம் பேசுதடி

இது ஒரு மாறுபட்ட பதிப்பு. இதுவரையில் யாருமே இதுபோன்ற ஒரு முயற்சியில் ஈடுபட்டுள்ளனரா என்பது சந்தேகமே! ஆம் இது ஒரு வித்தியாசமான பதிப்பு. ஆசிரியரின்கைவண்ணத்தில் ஓவியங்களும் கற்பனை வளத்தினில் கவிதைகளும் கொண்ட ஒரு பதிப்பு.

ஒருபுறம் ஓவியம் மறுபுறம் அதற்குகந்த கவிதை. எல்லாமே கைவண்ணம் தான் கவிதைகளும் கையெழுத்துப் பிரதியாகவே அமைக்க பெற்றது. கவிதை உறவு இந்த நூலுக்கு சிறப்பு பரிசு வழங்கியது.

6. அன்பின் பிரபந்தம்

மொழியாக்க இயலில் ஆசிரியரின் தனிச்சிறப்பும் தன்னிகரற்ற நிலையும் இந்நூலில் தெளிவு. ஆங்கிலக் கவிதைகள் மட்டுமல்லாது, அரேபிய ஆண்டலூசியக் கவிதைகள், ஜப்பானியக் கவிதைகள், உருது மொழிக் கவிதைகள் மற்றும் சிலி நாட்டின் நோபல் பரிசு வென்ற பாப்லோ நெருடாவின் தேர்ந்தெடுத்த கவிதைகள் என பன்மொழிகளின் பூங்கொத்தை வழங்கியுள்ளார்.

இத்தொகுப்பில் வில்லியம் வர்ட்ஸ்வொர்த்தின் டூடான் நதியைப் பற்றிய சானெட்டுகள் இடம் பெற்றுள்ளது தனிச்சிறப்பு. இந்த நூலில் மேலும் அலெக்சாண்டர் செல்கிர்க்கின் சாகசம், பத்சேபாளின் பாடல், ஒருநோக்கோ - வீரனின் வரலாறு போன்ற மிகவும் சுவாரசியமான சங்கதிகள் சேர்ந்துள்ளன. இந்நூலை முன்னிறுத்தியே தமிழக அரசின் தமிழ் வளர்ச்சித் துறை ஆசிரியருக்கு சிறந்த மொழிபெயர்ப்பாளர் பட்டயத்துடன் முதலமைச்சரால் கௌரவிக்கப்பட்டார். கவிதை உறவும் இந்நூலுக்கு சிறப்புப் பரிசு வழங்கி கௌரவித்தது.

7. நாலடியார் - புதுக்கவிதை வடிவில்

திருக்குறளைத் தொடர்ந்து நாலும் இரண்டும் சொல்லுக்குறுதி எனும் வழக்கின்படி நாலடியாரை நவமான தமிழில் நயமாக வடித்திருக்கிறார்.

8. திரிகடுகம் - புதுக்கவிதை வடிவில்

திருக்குறள் மற்றும் நாலடியாரை தொடர்ந்து அடுத்துவரும் கீழ்க்கணக்கு நூலான திரிகடுகம்தனை சுக்கு மிளகு திப்பிலி போல ஔடதமாக அழகு தமிழில் அளித்துள்ளார்.

9. பழமொழி நானூறு

- புதுக்கவிதை வடிவில்

முன்துறை அரையனாரின் அருமையான படைப்பு. வாழ்வியலுக்கு தேவையான தத்துவங்களும் கருத்துகளும் நம் பண்டை காலம் தொட்டே பழமொழிகளாக நமது முன்னோரால் வழங்கப்பெற்று வருகின்றது. அவற்றுள் நானூறு பழமொழிகளின் தொகுப்பு இன்றைய தலைமுறைக்கு விளங்கும் வண்ணம் புதுக்கவிதை வடிவில் அழகாக அமைக்கப்பட்டுள்ளது.

10. விண்ணோடு விளையாடும் வெண்மேகத்து வழி

ஓஷோ ஒரு மாமேதை, ஞானி. அனைத்து சமயங்களின் கோட்பாடுகளையும் தெளிவாக அறிந்தவர். அதுமட்டுமல்லாது அக்கோட்பாடுகளை எளிமையாக அனைவருக்கும் புரியும் வண்ணம் விளக்கி உரையாற்றுபவர். அன்னாரின் சொற்பொழிவுகளின் தொகுப்புகள் படிப்பதற்கு மிகவும் சுவாரசியமாக இருக்கும். அப்படிப்பட்ட உரைகளின் தொகுப்பு நூலே - MY WAY IS THE WAY OF THE CLOUDS. வாழ்நாளில் எல்லா தளைகளையும் விடுத்து விரிவானில், வெளியில்,

மென்காற்றோடு மிதக்கும் மேகம் போல் வாழ்வதெப்படி என விளக்கும் நூல். இதனைத் தமிழில் புதுக்கவிதை வடிவில் "விண்ணோடு விளையாடும் வெண்மேகத்து வழியாக" மென்காற்றை போல் வரும் மாறுபட்ட படைப்பு.

இப்படியாக கிருஷ்ணபிரசாத்தின் தமிழ்ப்பணி தொடருகிறது!